AF905504

आगळे अनुभवविश्व

(डॉ. प्रतिमा इंगोले)

: लेखन :
प्रा. डॉ. सुलभा हेर्लेकर, नागपूर
प्रा. डॉ. प्रज्ञा आपटे, नागपूर

दिलीपराज प्रकाशन प्रा. लि.
२५१ क, शनिवार पेठ, पुणे - ४११ ०३०.

आगळे अनुभवविश्व (डॉ. प्रतिमा इंगोले)

Aagale Anubhavvishva (Dr. Pratima Ingole)

प्रकाशक

श्री. राजीव दत्तात्रय बर्वे
मॅनेजिंग डायरेक्टर,
दिलीपराज प्रकाशन प्रा. लि.,
२५१ क, शनिवार पेठ,
पुणे - ४११०३०.

© श्रीमती विमलाबाई कुकडे

प्रथमावृत्ती - २५ सप्टेंबर २००६

प्रकाशन क्रमांक - १४२२

ISBN - 81 - 7294 - 554 - X

टाईपसेटिंग

पितृछाया मुद्रणालय,
९०९, रविवार पेठ, पुणे - ४११ ००२.

मुखपृष्ठ -
सागर नेने

आजच्या अस्वस्थ युगात
ज्या स्त्रियांनी स्वतःचे आत्मभान
जपले त्या सर्वांना -

अनुक्रमणिका

भाग - १

भाग - २

भाग - ३

भाग - १

-: १ : -

कथेचा इतिहास

प्राचीन मराठी वाङ्‌मयात कथेचा आविष्कार झाला होता. तेराव्या किंवा चौदाव्या शतकात संस्कृत पंचतंत्राचे मराठीत भाषांतर झाले. तसेच चक्रधर स्वामींनी महानुभाव पंथाचे तत्त्वज्ञान सांगताना 'दृष्टान्तपाठात' वेळोवेळी जे दृष्टान्त दिले त्यातून चक्रधर स्वामींचे कथा सांगण्याचे कौशल्य दिसून येते. बखरींमधूनही कथेचे स्वरूप दृष्टीस पडते.

आपल्याकडे व्रतांच्या कहाण्या मौखिक परंपरेने अनेक पिढ्यांनी जतन केल्या आहेत. लोककथांना प्रादेशिक परंपरेत महत्त्वाचे स्थान आढळते.

इंग्रजी राजवटीबरोबर छापण्याची कला भारतात आली. इ. स. १८०६ मध्ये तंजावरच्या सरफोजी राजांनी 'बालबोध मुक्तावली' हे इसापनीतीचे मराठी भाषांतर छापून प्रसिद्ध केले. स. का. छत्रे यांनी मुलांना नीतिबोध करण्याकरिता 'बालमित्र भाग - १' हे भाषांतरित पुस्तक लिहिले. कृष्णशास्त्री चिपळूणकरांनी 'अरबी भाषेतील सुरस व चमत्कारिक गोष्ट' हे पुस्तक प्रकाशित केले.

मराठी कथेची खरी सुरुवात हरिभाऊ आपट्यांच्या 'करमणूक' पासून झाली. अद्‌भुत आणि अवास्तव स्वरूपातून त्यांनी कथेला वास्तव सृष्टीत आणले. आपल्या स्फुट गोष्टीतून त्यांनी मराठी कथेला वेगळे वळण दिले. १९व्या शतकात नियतकालिकांनी लघुकथा हा वाङ्‌मयप्रकार समृद्ध करण्यास मोलाचा हातभार लावला. त्याशिवाय 'करमणूक', 'मनोरंजन', 'रत्नाकर', 'यशवंत', 'किर्लोस्कर' या मासिकांनी मराठी कथेच्या विकासाला हातभार लावला.

हरिभाऊंनी मराठी गोष्टींचा ओघ 'आजकालच्या परिस्थितीकडे' वळवला. या स्फुट गोष्टींचेच मनोरंजनकाळात संपूर्ण गोष्टीत रूपांतर झाले. मात्र, स्फुट गोष्टीतील पाल्हाळ, तपशिलाचा अतिरेक, पात्रांचा पूर्वइतिहास सांगण्याची ओढ वि. सी. गुर्जरांनाही होती. लघुकथेला आकारबद्ध करण्याचे कार्य ना. सी. फडक्यांनी

केले. गुर्जरांनी कथेतून नीतिबोध देण्याची भूमिका सोडून रंजनाची स्वीकारली. ना. ह. आपटे, वा. म. जोशी. न. चिं. केळकर, श्री. कृ. कोल्हटकर, कॅ. गो. गं. लिमये असे अनेक लेखक या काळात कथा वाङ्मय संपन्न करत होते.

कथालेखक -

ह. ना. आपट्यांनी स्त्रियांचे पारतंत्र्य, विधवांची करुण स्थिती, हुंडा, केशवपन या भोवती कथा लिहिल्या. काशीताई कानिटकरांनी 'चांदण्यातील गप्पा' आणि 'शिळोप्याच्या गोष्टी' हे दोन कथासंग्रह लिहिले. तत्कालीन स्त्रियांच्या समस्या, कौटुंबिक संघर्ष यापासून त्यांच्या कथा अलिप्त होत्या. कथातंत्राचीही जाणीव त्यात आढळत नाही.

गिरिजाबाई केळकर आणि आनंदीबाई शिर्के या दोघींना साहित्यिक पार्श्वभूमी लाभली होती. 'समाजचित्रे' आणि 'केवळ विश्रांतीसाठी' हे गिरिजाबाई केळकरांचे दोन कथासंग्रह. आनंदीबाई शिर्के यांचा 'कथाकुंज' हा कथासंग्रह १९१६ साली प्रसिद्ध झाला. आणि 'साखरपुडा' हा संग्रह १९६४ साली निघाला. करमणूक कालखंडापासून आधुनिक कालखंडापर्यंतचा त्याच्या कथेचा विकसनशील प्रवास आहे.

आधुनिक वळणाच्या नव्या लघुकथेच्या खुणा दिवाकर कृष्णांच्या अभिनव कथेतून उमटत गेल्या. वि. सी. गुर्जरांची कथा पाल्हाळिक, तपशिलात शिरणारी, कौटुंबिक शृंगारात रमणारी होती, तर दिवाकर कृष्णांच्या कथेला चिंतनाची डूब होती. उत्कट, तरल, सूक्ष्म आणि काव्यात्म अशा त्यांच्या कथांना कारुण्याचा सूर होता.

करमणूक काळात सुरू झालेली कथा मनोरंजन काळात बहरली, समृद्ध झाली. कथा माजघरातून दिवाणखान्यात आली. 'यशवंत-किर्लोस्कर' कालखंडात फडके - खांडेकरांनी कथाक्षेत्रावर आपली मुद्रा उमटवली. १९२६ ते १९४६ हा 'लघुकथेचा कालखंड' असे म्हटले जाऊ लागले. 'जीवनासाठी कला' ही दृष्टी समोर ठेवून खांडेकर लेखन करीत होते. त्यांचे ३४-३५ कथासंग्रह प्रसिद्ध झाले. 'रूपककथा' हा कथाप्रकार त्यांनी पुढे आणला.

ना. सी. फडक्यांनी 'रत्नाकर' मासिकातून आपली आकर्षक, सोपी, खेळकर, रचनाचातुर्य असणारी कथा लिहिली. त्यांनी जवळ जवळ २८ कथासंग्रहांतून २६० कथा लिहिल्या. कथेतील पात्रांची संख्या त्यांनी मर्यादित केली. पात्रांची, प्रसंगांची विविधता आणली, मनोविश्लेषणाचे नवे तंत्र वापरण्याचाही त्यांनी प्रयत्न केला.

फडके - खांडेकरांनी तंत्रकुशल व मनोरंजक बनवलेली कथा लोकांसमोर

येत असतानाच य. गो. जोशींची तंत्रविन्मुख, गोष्टीवेल्हाळ पण अस्सल कथा वाचकांना वेधक वाटू लागली. जोशींची कथा 'जिव्हाळ्याच्या पालखीत बसलेली, अकृत्रिम कथा' होती. याच काळात वि. वि. बोकीलांनी खेळकर शैलीत कथालेखन केले. दत्त रघुनाथ कवठेकर आणि अनंत काणेकर हे या काळातील दोन महत्त्वाचे कथालेखक होते.

खेडेगावातील उपेक्षितांचे अंतरंग उलगडून दाखवणाऱ्या कथा श्री. म. माटे यांनी लिहिल्या. माट्यांनी उपेक्षितांच्या जीवनात जाऊन समाजकार्य केले होते. कृष्णाकाठचा रामवंशी, मांगवाड्यातील सगाजी बुवा, खराटेवाली शेवंती, नारळखोऱ्यातील 'पिऱ्या' या व्यक्तींचे चित्रण करताना त्यांचा परिसर, त्यांची भाषा माट्यांनी रंगवली. पुढील ग्रामीण कथेची जणू मुळेच माट्यांच्या या कथालेखनात रुजलेली दिसतात. ग्रामीण जीवनाकडे पाहण्याचा त्यांचा दृष्टिकोन तळमळीचा होता. मात्र हे चित्रण खेड्यातील जीवनात बाहेरून आलेल्या मध्यमवर्गीय माणसाने केले होते. त्यात 'माणुसकीचा गहिवर' आणि 'भावनेचा पाझर' होता हे मात्र लक्षात घ्यायला हवे.

१९३० ते ३५ या काळात प्रादेशिक कथेची निर्मिती होऊ लागली. प्रादेशिक जीवन, तेथील निसर्ग, भिन्न प्रदेशातील माणसे, त्यांच्या समजुती यातून या कथेला एक वैशिष्ट्यपूर्ण रूप मिळाले. आपल्याकडे ग्रामोद्धाराच्या चळवळीने ग्रामीण जीवनाकडे लोकांचे लक्ष वेधले जात होते. या काळात लक्ष्मणराव सरदेसाई आणि वि. स. सुखटणकर गोमंतकाच्या पार्श्वभूमीवर कथानिर्मिती करू लागले.

कथालेखिका -

कमलाबाई टिळक यांचा कथासंग्रह 'हृदयशारदा' (१९३२) साली प्रसिद्ध झाला. त्यानंतर त्या सातत्याने सुजाण व अंतर्मुख स्त्रीच्या मनाला पडलेले प्रश्न धीटपणाने मांडत होत्या. त्यांची शैली थोडी बोजड पण कथारचना रेखीव आहे. 'कृष्णाबाई' या टोपणनावाने मुक्ताबाई दीक्षितांचे 'मानसलहरी' (१९३३) व 'अनिरुद्ध प्रवाह' (१९३७) हे दोन कथासंग्रह प्रसिद्ध झाले. त्यांची 'आमचे दास' ही मानसलहरी संग्रहातील कथा विशेष गाजली. स्त्री जीवनविषयक अनेक नाजूक प्रश्नांची उकल करण्याचा त्याचा प्रयत्न होता.

विभावरी शिरूरकरांनी प्रौढ कुमारिकांची कुचंबणा, नव्या जीवनपद्धतीने निर्माण केलेली दुःखे यांना बंडखोर वृत्तीने वाचा फोडली. 'कळ्यांचे निःश्वास' (१९३३) या त्यांच्या पहिल्याच कथासंग्रहाचा धीट कथालेखनामुळे व लेखिकेने

घेतलेल्या टोपणनावामुळे बोलबाला झाला. ‘दोघांचे विश्व’ (१९५७) हा त्यांचा कथासंग्रहसुद्धा स्त्रीजीवनविषयक समस्यांची धीटपणे अभिव्यक्ती करणारा ठरला.

पिरोज आनंदकर, मालतीबाई दांडेकर, आनंदीबाई किर्लोस्कर आणि विशेषत: क्षमादेवी राव यांचा या काळातील कथालेखनाच्या संदर्भात आवर्जून उल्लेख करायला हवा. क्षमादेवींनी कामकरी, कोष्टी, कोळी, मुसलमान अशा खालच्या व परक्या स्तरांतील लोकांच्या जीवनाकडे वाचकांचे लक्ष वेधले.

रूढ चाकोरीला वेगळे वळण -

कुसुमावती देशपांडे यांनी दीपकळी (१९३५), दीपदान (१९४०) व मोळी (१९४६) या त्यांच्या कथासंग्रहामधून आपले वैशिष्ट्यपूर्ण कथालेखन सादर केले. फडके-खांडेकर युग अथवा कृष्णाबाई, विभावरी शिरूरकर यांच्या आगेमागेच त्यांची कथानिर्मिती झाली. पण त्यांच्या कथेने कोणत्याही तंत्रात स्वत:ला बद्ध केले नाही. काव्यात्मकता, सामाजिकता, अंतर्मुखता, सूचकता आणि आटोपशीरपणा असणारी कुसुमावतींची कथा नवकथेच्या तसेच ग्रामीण कथेच्या अस्फुट खुणा व्यक्त करत होती.

विशेषत: ‘मोळी’ कथासंग्रहात खालच्या वर्गातील व्यक्तींची चित्रे त्यांनी रंगवली. कथातून नाममात्र कथानक घेऊन त्यांनी या कथा रंगवल्या. वऱ्हाडच्या कोपऱ्यातील गावात राहणाऱ्या दादाजी चांभाराच्या जीवनातील समस्या त्यांनी रंगवली. भाकरीच्या तुकड्याबरोबर भोवतीचे जीवन तोंडी लावणाऱ्या शेतकऱ्याच्या पोरक्या पोरीची स्वप्नसृष्टी त्यांनी ‘दमडी’ कथेत रंगवली. इंद्रा, चिंधी, दमडी यांच्या मनातील भाव त्यांनी हळुवारपणे उकलून दाखवले. ‘नदीकिनारी’ या कथेतून बुरुडांच्या जीवनाचा वेध त्यांनी घेतला. कथाक्षेत्राला एक नवी मळवाट दाखवण्याचे खूपसे श्रेय कुसुमावतीबाईंकडे जाते.

प्रादेशिक कथांची निर्मिती -

प्रादेशिक जीवनातील रंग घेऊन दौंडकर, मांजरेकर, सामंत, दिघे, ठोकळ, वामनराव चोरघडे आणि कुसुमावती देशपांडे हे लेखक १९३५ च्या काळात चमकत होते.

र. वा. दिघे -

कोकणच्या पार्श्वभूमीवर खेड्यातील निसर्गाचे, तेथील शेतकऱ्यांच्या जीवनाचे अद्‌भुतरम्य असे जग दिघ्यांनी रंगवले. 'घरकुल', 'लक्ष्मीपूजन' हे त्यांचे कथासंग्रह आहेत. अवास्तव घटना, गोड योगायोग यांना त्यांच्या कथेत महत्त्वाचे स्थान होते. 'शिकार' आणि 'आसरा' या तर कोकणी खेड्यातील अद्‌भुत कहाण्या आहेत. प्रादेशिक जीवनाशी लेखक पूर्ण समरस झाल्यामुळे त्यांच्या लेखनात उत्कटता व जिव्हाळा आहे. मात्र, वास्तव विषयही ते कल्पनारम्य पद्धतीने रंगवत. पाल्हाळिक शैलीमुळे कथा रचनेकडे त्यांचे थोडे दुर्लक्षही झाले होते.

ग. ल. ठोकळ -

यांनाही अद्‌भुतरम्यतेची खूप आवड होती. महाराष्ट्रातील ग्रामीण जीवन हाच त्यांच्या कथालेखनाचा परिसर आहे. पण जीवनातील अद्‌भुतरम्यतेकडे ओढा असल्याने ग्रामीण भाषा, ग्रामीण जीवनातील बारकावे यांना ते वेगळ्या छटेत रंगवतात. 'कडू साखर' या त्यांच्या ग्रामीण कथांच्या संग्रहात अनेक लक्षणीय कथा आहेत. 'कडू साखर' कथेतील कोल्हापुरी जोडीचा खेळ, 'दौलतजादा' कथेतील बकुळीच्या तमाशाचे वर्णन, 'गोफण गुंडा' मधील गोफणीची लढाई याचे चित्रण त्यांनी हुबेहूब केले आहे. त्यांच्या कथांमधील व्यक्तिरेखाही ढंगदार असतात. पण त्यांनी रंगवलेले प्रसंग भडक असतात. 'ग्यानबाची मेख' ही कथा या अतिरंजिततेने ग्रासली आहे. मनोरंजनासाठी त्यांनी असे भडक रंग वापरल्याचे जाणवते; मात्र ग्रामीण जीवनाच्या पार्श्वभूमीवर लिहिलेल्या त्यांच्या कथा ग्रामीण भाषा, जिवंत व्यक्तिचित्रण यामुळे लक्षवेधक ठरतात.

इतर महत्त्वाचे लेखक -

चिं. वि. जोशी, श्यामराव ओक यांनी विनोदी कथांचे दालन सजवले, तर वि. द. घाट्यांनी आणि सामंत उर्फ 'कुमार रघुवीर' यांनी पात्रचित्रणावर भर देणाऱ्या कथा लिहिल्या. विशेषत: कुमार रघुवीरांनी 'वाळूची पावले' (१९३७) आणि 'तांडा' या संग्रहामधून कामगार आणि दलितवर्ग यांचे जीवन रंगवले. उपेक्षित आणि दलितवर्गाची सुख-दु:खे सांगताना प्रचारकी बोधवादापासून त्यांच्या कथा दूर राहिल्या.

वामनराव चोरघडे आणि कुसुमावती देशपांडे ह्यांनी दोघांनीही कथाक्षेत्रात एक वेगळी मळवाट घालून दिली. चोरघड्यांची कथा एकीकडे दिवाकर कृष्णांच्या कथेप्रमाणे भावनोत्कट, हळुवार आहे. रूढ तंत्राचा अव्हेर त्यांनीही केला आहे. चेकॉव्ह, झोला, शरदबाबू हे चोरघड्यांचे जरी आवडते लेखक होते तरी यापैकी कुणाचीही छाप त्यांच्या कथेवर नाही.

चोरघड्यांचे व्यक्तिमत्त्व अत्यंत संपन्न, बहुरंगी होते. त्यांचा जन्म खेड्यातला. ग्रामीण लोकांच्या सहवासात त्यांचे बालपण गेले. खेड्यातील निसर्ग, तेथील लोकसाहित्य यांचे संस्कार त्यांच्यावर झाले. वर्ध्याला गांधीजी, विनोबाजी आणि इतर अनेक ध्येयवादी माणसांचा निकट सहवास त्यांना लाभला.

त्यांची कथा कथानकप्रधान नाही तसेच तंत्रनिष्ठही नाही. त्यांच्या काव्यात्म निवेदन शैलीवर कहाणीचा छाप आहे. ग्रामीण जीवनाचे त्यांनी अगदी जवळून दर्शन घेतले. त्यामुळे खेड्यातील जीवनाची प्रत्ययकारी चित्रे त्यांनी आपल्या 'हादरा', 'अतिथि देवो भव', 'गोरी बायको', 'भाकरीची गोष्ट' अशा अनेक कथांतून रंगवली. ज्या बैलाच्या कष्टाने उगवलेल्या धान्यावर आपण जगतो त्या बैलांना पोळ्याच्या दिवशी 'अतिथि देव' समजून विदर्भात पूजा केली जाते. खेड्यातील लोकांच्या या रूढीचा अवमान करणारी डॉक्टरीणबाई बैलाच्या अंगावर रुपयाची नोट फेकते. पैकूला तो आपल्या बैलाचा अपमान डाचत राहतो. आणि पैशांची नितान्त गरज असूनही पैकू आणि बायजा ती खुपणारी नोट जाळून टाकतात.

खेडुतांच्या गरिबीने गांजलेल्या पण श्रद्धा-भावना जपणाऱ्या जगताचे चित्रण त्यांनी आपल्या अनेक कथांमधून केले. पोट भरणे ही समस्या असणाऱ्या या ग्रामीण जगातील लोकांची जात आहे 'गरीब'. 'आनंदग्रंथी' कथेतील गेंदीपुनिया माय-लेकींचा हा कडवट अनुभव... 'चार-दोन पैशांच्या मोबदल्यात कोणीही आम्हाला घरी घेऊन जावं... आमचे अंग वस्त्राअभावी उघडे असते... अन् तुम्ही सुखी लोक आमच्याकडे चित्त्याच्या नजरेनं पाहता.' ग्रामीण जीवनातील सुख-दुःखे त्यांनी रंगवली.

'भागाबुढीच्या मताने' आणि 'घरट्याबाहेर' या दोन कथांत वऱ्हाडी भाषेतले संवाद आहेत. महिन्याभराची ओली बाळंतीण डोक्यावरून ओझं वाहणारी त्यांनी रंगवली. ग्रामीण जीवन जिवंत व्यक्तिरेखांमधून बोलीभाषेतून त्यांनी रंगवलं. 'ग्रामीण कथा लिहिणारे मराठीतील पहिले यशस्वी कथाकार', 'असे इंदुमती शेवडेंनी 'मराठी कथा: उगम आणि विकास ' (पृ. ३२४) या ग्रंथात म्हटले आहे ते अगदी सार्थ आहे. र. वा. दिघे, ग. ल. ठोकळ यांनी आधी ग्रामीण जीवन रंगवण्याचा प्रयत्न केला पण त्यातील अद्‌भुतरम्य, अतिरंजित आणि भडक घटना आणि ढोबळ

चित्रणामुळे चोरघड्यांच्या लेखनातील सूक्ष्मता, सहजता मान्य करायलाच हवी.

चोरघड्यांची ग्रामीण कथा विदर्भाच्या काळ्या, सकस भूमीत रुजलेली आहे. त्यांच्या नायिका शरच्चंद्रांच्या नायिकांची आठवण करून देतात. चोरघडे कथालेखनाशीच नेहमी एकनिष्ठ राहिले. मराठमोळी कथासृष्टीही त्यांनी उभी केली. कथानकप्रधान चौकटीतून त्यांनी कथेला मुक्त केले. भावावृत्तीच्या आविष्काराला त्यांनी प्राधान्य दिले. काव्यात्मकता, सुटसुटीत लयबद्ध वाक्यांची डौलदार शैली, आकर्षक व्यक्तिरेखा आणि नाट्यीकरण करणारे खटकेबाज, सूचक संवाद, कथांची समर्पक शीर्षके आणि चिंतनशीलता यांचे देणे चोरघड्यांनी कथाक्षेत्राला दिले.

१९४५ च्या सुमाराला मराठी साहित्यात हरीभाऊ-केशवसुतांच्या काळापेक्षा वेगळे प्रवर्तन झाले. मर्ढेकर-गाडगीळ यांच्या काळातील लेखनाला 'नवसाहित्य' ही संज्ञा लागली. कोल्हटकर, केळकर, माडखोलकर, फडके यांची कलावादी भूमिका, खांडेकर, पु. ल. देशपांडे, आचार्य जावडेकर, द. बा. कालेलकर आणि बेडेकर, कुसुमावती यांनी जीवनवादी भूमिका मांडली. मर्ढेकरांनी मात्र सौंदर्यवादी समीक्षेतून सौंदर्य हेच वाङ्मयाचे अंतिम ध्येय आहे असे विचार मांडले.

या काळात गंगाधर गाडगीळ, अरविंद गोखले, पु. भा. भावे आणि व्यंकटेश माडगूळकर यांच्या कथेतून लघुकथेचे बदलते स्वरूप स्पष्टपणे जाणवू लागले. नवकथाकार गंगाधर गाडगीळांनी आशयाच्या वेगळेपणातून, निवेदनातून नवकथेला आकार दिला. अरविंद गोखल्यांनी गाडगीळांप्रमाणेच व्यक्तींच्या अंतरंगातील भावनांची गुंतागुंत आपल्या कथेतून उकलली. पु. भा. भाव्यांनी जीवनातले वैचित्र्य आपल्या कथांतून समर्थपणे रंगवले.

व्यंकटेश माडगूळकरांची कथा माणदेशच्या ग्रामीण परिसरातून अवतरली. तेथील दैन्य, दारिद्र्य, अज्ञान, भोळेपणा, स्वार्थ, प्रतिकूल परिस्थितीशी त्यांनी दिलेला संघर्ष ही कथा चित्रित करते. स्वप्नरंजन आणि अद्‌भुतता यातून त्यांनी ग्रामीण कथेला वास्तवात आणले.

माणदेशची माणसे (१९४९), गावाकडच्या गोष्टी (१९५१), हस्ताचा पाऊस (१९५३), उंबरठा (१९६०) या कथासंग्रहातून त्यांनी ग्रामीण प्रदेशातील जीवनसृष्टी उभी केली. माणदेशच्या मातीतच उगवलेल्या या लेखकाने तेथील जीवन जसेच्या तसे रंगवले.

माणदेशावर त्यांचे विलक्षण प्रेम असल्याने 'माझ्या खेड्याच्या पंढरीत' असा ते उल्लेख करतात. (माय-लेकराचा मळा) या भूमीत अनेक प्रकारची, म्हणजे भोळी, लबाड, गरीब, लोभी, कष्टाळू, कामचुकार, बेरकी, दुष्ट अशी माणसे आहेत. तिथे कधी साध्यासुध्या तर कधी नाट्यपूर्ण घटना घडतात. येथील माणसे

मात्र एकेरी स्वभावाची आहेत. ती आखीव चौकटीत निमूटपणे जगतात. नशिबाला येईल ते स्वीकारतात. परंपरेची बंधने त्यांना मान्य आहेत. गरिबी, निसर्गकोप सगळे ते सोशीकपणाने स्वीकारतात.

त्यांच्या कथेची रचना, भाषा, निवेदनशैली यात एक सहजपणा आहे. कथा ते कालानुक्रमाने सांगतात. चटकदार प्रारंभ, धक्कादायक शेवट असे तंत्र ते वापरत नाहीत. नवकथेची वास्तव दृष्टी त्यामागे आहे.

मात्र, माडगूळकर कथाविषयाशी एकरूप होतात. मोजक्या शब्दांमधे कथा अवतरते. वर्णनात्मक भाषेऐवजी ते अनुभव जसा घेतात तसाच कथेतून आविष्कृत करतात. व्यंकटेश माडगूळकरांच्या आगेमागेच शंकर पाटील, द. मा. मिरासदार, उद्धव शेळके, ग. दि. माडगूळकर, शंकरराव खरात, आण्णाभाऊ साठे, मधु मंगेश कर्णिक, रा. रं. बोराडे या कथाकारांनी ग्रामीण कथेला एक वेगळे अस्तित्व दिले.

या लेखकांपैकी प्रत्येकाने रंगवलेला परिसर वेगळा आहे. उद्धव शेळक्यांनी विदर्भातील ग्रामीण जीवनाचे चित्रण केले, तर मधु मंगेश कर्णिकांनी कोकणपट्टीचा परिसर घेतला. शंकर पाटील, द. मा. मिरासदार साताऱ्याच्या परिसरात रंगले, द. मा. मिरासदारांनी ग्रामीण जीवनातील विसंगतीवर मार्मिक विनोद साधला. मात्र, या विनोदामागे ग्रामीण जीवनातील अज्ञान, भोळेपणा, कोत्या समजुती, फाजील चौकशीचा हव्यास, हेवेदावे असतात हे त्यांनी रंगवले. यावर आधारित कथांमधून प्रसंगनिष्ठ विनोदाची निर्मिती त्यांनी केली. 'व्यंकूची शिकवणी' किंवा 'हुबेहूब' या त्यांच्या कथा व्यक्तिनिष्ठ विनोदाची उदाहरणे आहेत.

उद्धव शेळके यांनी खेडेगावातील दु:ख, दैन्य, दारिद्र्य, अज्ञान यांचे चित्रण केले. सामाजिक आणि आर्थिक विषमतेमुळे दलितवर्गावर होणारा अन्याय, त्यातून वाट्याला येणाऱ्या व्यथा-वेदनांचे चित्रण त्यांनी आपल्या कथांमधून प्रभावीपणे केले आहे. विदर्भातील परिसराचे खास रंग, तेथील मातीचे विशेष घेऊनच या कथा साकार झाल्या आहेत. व्यक्ती आणि परिस्थिती यांच्या संघर्षातून निर्माण झालेल्या समस्या त्यांनी रंगवल्या. त्यांची पात्रे गरिबीने गांजलेली, अज्ञानी आहेत. दु:ख हा त्यांचा स्थायीभाव आहे. वऱ्हाडी भाषेचा उपयोग करून संवाद त्यांनी रंगवले आहेत. या संवादातून व्यक्तिविशेष साकार होतात, नाट्यपूर्णताही साधली जाते. वास्तव व रेखीव वर्णने, परिसराचे बारकावे यामुळे वाचक त्यांच्या कथेशी खूप एकरूप होतो. व्यक्तीच्या हालचाली, लकबी, पोषाख याबद्दलची बोलकी वर्णने ते करतात. बाह्यांगाबरोबरच व्यक्तीचे अंतरंगही ते प्रभावीपणे रंगवतात. केवळ ग्रामीण तपशिलाशी नव्हे, तर कथावस्तूशी ते एकरूप होतात.

उद्धव शेळके यांची 'वानगी' या संग्रहातील 'दाद' ही कथा वासंतीची कथा

आहे. वासंतीजवळ अंग झाकायला पुरेसे वस्त्र नाही. वासनेने वखवखलेल्या नरपशूकडून तिच्यावर घाला पडतो म्हणून ती गावच्या पाटलाकडे न्याय मागायला जाते. तरुण पाटील आणि त्याचा तरुण मित्र तिच्यावर आलेल्या प्रसंगाचा फायदा उठवतात. तिच्या फाडलेल्या वस्त्रांमधून डोकावणारे तिचे तारुण्य अधाशीपणे निरखत राहतात. अशी ही ग्रामीण भागात घडणारी कथा आहे.

शंकर पाटील यांनी विशेषत: ग्रामीण शेतकरीवर्गाचे अज्ञान, अंधश्रद्धा, भोळ्या समजुती यावर घटनाप्रधान कथा लिहिल्या आहेत. भोळ्या, श्रद्धाळू पात्रांच्या माध्यमातून त्यांनी ग्रामीण विनोदी कथांचे लेखन केले. विक्षिप्त वल्ली, तऱ्हेवाईक प्रसंग यातून 'धिंड' सारखी त्यांची कथा खूप रंगत जाते. कर्णिकांनी कोकणी जीवनात आढळणाऱ्या चिवटपणाचे, धोरणीपणाचे दर्शन घडवले. तेथील निसर्गसौंदर्याच्या पार्श्वभूमीवर कोकणातील दैन्याने ग्रासलेली माणसे त्यांनी रंगवली.

शंकरराव खरातांचे कथाविश्व समाजातील अगदी खालच्या वर्गाने व्यापले आहे. बलुतेदार, बेरड, हरिजन यांचे प्रातिनिधिक दु:ख रंगवताना वास्तवाचा इतका तपशील ते देतात की, व्यक्तीची अंतर्बाह्य मूर्ती ते वाचकांसमोर उभी करतात. व्यक्तिचित्रणप्रधान असे त्यांचे लेखन जिवंत अनुभव आणि प्रामाणिक भावनांमुळे उजळून निघते.

रा. रं. बोराडेंच्या लेखनातून मिस्कीलपणा वेळोवेळी डोकावतो. 'ताण', 'हुरडा' या त्यांच्या कथांमधून या त्यांच्या विशेषाचा प्रत्यय येतो. खेडेगावातील दु:खाचा वेध घेताना त्यांच्या जीवनातील समस्यांची गुंतागुंत सोडवण्याचा प्रयत्न ते करतात. यादृष्टीने त्यांच्या 'पीळ', 'सांगावा', 'पेरणी' या कथा वाचण्यासारख्या आहेत. रणजित देसाई यांच्या ग्रामीण कथांतून चित्रमय वर्णने आणि साधीभोळी, सात्त्विक माणसे आढळतात. परंतु दिघे, ठोकळ यांच्याप्रमाणे देसाईसुद्धा अद्भुतता, कल्पनारम्यता, नाट्यपूर्ण प्रसंग यातच अधिक रंगून जातात.

ग. दि. माडगूळकरांनी ग्रामीण जीवनातील समस्यांवर व्यक्तिचित्रणात्मक कथांमधून प्रकाश टाकला. त्यांनी रेखीव, कलापूर्ण, वास्तव व प्रत्ययकारी व्यक्तिचित्रणातून आपले मर्यादित कथाविश्व रंगवले. आनंद यादव यांनी आकाराने लहान कथांमधून ग्रामीण जीवनातील सुख-दु:ख रंगवले. त्यांच्या काही लहानशा कथा कधी नाट्यछटेच्या अंगाने जातात, तर कधी संवादात्मक असतात. खेड्यातील विसंगती, कारुण्य यांचे चटका लावणारे चित्रण ते करतात.

चिं. त्र्यं. खानोलकर, बाबा पाटील, श्याम माडगूळकर, अण्णाभाऊ साठे अशी कितीतरी नावे ग्रामीण कथालेखनाच्या संदर्भात पुढे आली. गो. नी. दांडेकर, मनोहर तल्हार, चारुता सागर, सखा कलाल या लेखकांच्या नंतर ग्रामीण कथाकारांच्या

पिढीत रंगराव बापू पाटील, द. ता. भोसले, भास्कर चंदनशिव, आनंद पाटील, शंकर खंडू पाटील, द. स. काकडे, वासुदेव मुलाटे, बा. ग. केसकर, दे. शि. दुधलकर, गणेश आवटे, प्रा. मधुकर वाकोडे आणि प्रतिमा इंगोले हे लेखक महत्त्वाची भर घालत आहेत.

प्रा. वाकोडे यांच्या अनुभवाची जातकुळी ही अस्सल ग्रामीण आहे. वऱ्हाडी जीवन, कोरकु आदिवासी जीवन हे त्यांच्या लेखनाचे प्रांत आहेत. शहरी संस्कृतीचा ग्रामीण संस्कृतीवर होणारा परिणाम, शहरातल्या क्षुल्लक गोष्टींना जे महत्त्व येते ते खेड्यातील चांगल्या महत्त्वाच्या गोष्टींनाही येत नाही. या जाणिवेपोटी माणसाला होणारे दु:ख वाकोडे कथांतून व्यक्त करतात.

अशा प्रकारे ग्रामीण साहित्याचे आणि अर्थातच ग्रामीण कथेचेही केंद्रस्थान ग्रामीण व्यवस्था आणि शेतकरी हे आहे. ग्रामीण साहित्य हे शेतकऱ्यांची भाषा, त्यांची जीवनशैली, त्यांचा जीवनसंघर्ष यासाठी ग्रामजीवनाचा आविष्कार करत असते. मध्यमवर्गीय जीवनात न आढळणारी अद्‌भुतता जानपद जीवनात आढळते.

विदर्भात उद्धव शेळके आणि मनोहर तल्हार या दोन वऱ्हाडी कथाकारांनंतर सातत्याने आणि जोमाने वऱ्हाडी कथा लिहिणाऱ्या कथाकार म्हणून प्रतिमा इंगोले यांचे नाव घेतले जाते. त्यांनी जाणीवपूर्वक वऱ्हाडी जीवनाचे चित्रण आपल्या कथांमधून आत्मीयतेने केले आहे. 'ग्रामीणता हे त्यांच्या कथांचे एक मूल्य होय.' अशा आशयाचे विधान करण्याइतपत त्यांच्या कथेची नाळ वऱ्हाडाच्या ग्रामीण जीवनाशी जोडली गेली आहे.

ग्रामीण कथा लिहिताना साधारणत: त्या कथेमध्ये आविष्कृत होणाऱ्या कथानुभवाची नेमकी प्रकृती कुठली, शैलीचे, निवेदकाचे आविष्काराचे कुठले माध्यम त्या कथानुभवाला अधिक संपन्नता आणू शकेल, अनुभवाची प्रसरणशीलता किती, नेमक्या कुठल्या स्थानावर तो अनुभव अधिक प्रभावीपणे व्यक्त होऊ शकेल आणि संपूर्ण कथा मांडणीमागील आशय, त्या अनुषंगाने अभिव्यक्त होणारा त्या लेखकाचा जीवनविषयक दृष्टिकोन कुठला, या संपूर्ण घटकांची एक निश्चित आणि सजग दृष्टी असणे आवश्यक आहे. शंकर पाटील, आनंद यादव, आनंद पाटील या लेखकांजवळ ही सजग दृष्टी आहे. आणि ही दृष्टी त्या कलावंताचे भविष्यबळ निश्चित करायला महत्त्वाची असते. प्रतिमा इंगोलेंची कथा ही सुरूवातीला कथनशैलीच्या आधारावर असल्याने गोंधळलेली वाटते आणि एकसुरीही वाटते. कथाकथनाच्या अंगाने ती रंजकतेच्या पातळीवर जाते. मात्र, पुढे ती यातून मुक्त होऊन शेतकरी, जमीनदारी, स्त्रीचा हिस्सा याकडे लक्ष वेधते. कथावाङ्मयाशिवाय दोन कादंबऱ्या, सात कथासंग्रह आणि एक काव्यसंग्रह एवढे विपुल साहित्य १० ते १५ वर्षांच्या

कालखंडात त्यांचे निर्माण झाले आहे. एखाद्या अनुभवाचे त्या स्तरावरील चिंतन, मनन यासाठी हा कालखंड घाईचा निदर्शक ठरतो. पण प्रतिमा इंगोलेंच्या तरल ग्रामीण शैलीने आणि कथाविषयाने त्यांच्या कथा वाचनीय होतात. किंबहुना त्या शैलीच्या अंगाने वैशिष्ट्यपूर्ण ठरतात.

प्रतिमा इंगोलेंच्या पुष्कळशा कथा या स्त्रियांवरील कथा आहेत. स्त्री ही दोन प्रकारची आहे. पहिली स्त्री ही देशमुख पाटलाच्या वाड्यातील सून, तिच्या भावभावना तिचे नवोढत्व तर दुसरी स्त्री म्हणजे शोषित, अन्यायाचा, अत्याचाराचा बळी ठरलेली. या कथांचे बलस्थान म्हणजे लेखिकेची सूक्ष्म निरीक्षणशक्ती! जीवनात जेव्हा काही भावतरल, भावमग्न अनुभव येतात, त्याला कितीतरी पैलू असतात. एक स्त्री जेव्हा स्वत:चे भावविश्व कथेतून मांडते, तेव्हा त्याला एक वास्तवाचे परिमाण लाभलेले असते. एखाद्या पुरुषाने स्त्रीचे भावविश्व लिहिणे वेगळे आणि स्त्रीनेच स्त्रीच्या भावनांचा आविष्कार करणे वेगळे असते. एक भावजीवन जेव्हा कलावंत आपल्या कलेतून प्रामाणिकपणे ओततो, तेव्हा त्या कलेची उंची खूप मोठी असते. इंगोलेंच्या कथांतून ह्याची प्रचिती येते.

कथाकथनासाठी जी शैली लागते, जो शब्दांचा चढ-उतार लागतो, अभिनय लागतो, या सर्वांगाने प्रतिमा इंगोले कथाकथन करतात. विदर्भातल्या मातीचा, इथल्या संस्कृतीचा जो गुण आहे तो ती कथा टिपणे. ती फक्त वऱ्हाडी भाषेतून लिहिली आहे म्हणून तिला भाषेची मर्यादा पडते. पण ही मर्यादा उल्लंघून इंगोले यांची कथा वैशिष्ट्यपूर्ण होते. प्रत्येक कलाकृतीचे, कलेचे आपले स्वत:चे असे सामर्थ्य असते आणि ते सामर्थ्य प्रगट केल्याशिवाय ती कलाकृती मोठी होऊ शकत नाही. मग ती वऱ्हाडी भाषेतून आलेली असो, ती एखाद्या संगीतकाराच्या गळ्यातून आलेली असो, एखाद्या शिल्पकाराची कलाकृती असो, त्याचे म्हणून जे काही गुण असतील, त्याचे जे काही बारकावे असतील आणि ते प्रगट होत असतील तर कलाकृती श्रेष्ठ ठरते. कलेत भाषेचा किंवा माध्यमाचा फारसा अडथळा येत नाही. मुळात कलेतच बळ असावे लागते. आणि हे बळ त्यांच्या कथेत आहे.

ग्रामीण कथालेखकांमधे आज प्रतिमा इंगोले यांनी आपली स्वत:ची एक मुद्रा उमटवलेली आहे. ग्रामीण लेखिकांमधे प्रतिमा इंगोले या एकमेव आहेत असे म्हटल्यास वावगे ठरणार नाही. विदर्भात अनुराधा वऱ्हाडे यांनी एक चांगली कथा मराठी वाङ्मयाला दिलेली आहे. परंतु सातत्य, अभ्यास आणि लौकिकार्थाने जनमानसावर एक ठसा उमटवण्यात त्या मागे राहिल्या. म्हणूनच नुसता विदर्भच नव्हे, तर महाराष्ट्रात एक ग्रामीण कलाकार म्हणून त्यांनी आपले अस्तित्व रोवले आहे. त्यांच्या मर्यादांसकट ग्रामीण परंपरेचे एक निकोप ताजे रूप आणि ग्रामीण

जीवनात काट्यासारखे रुतणारे प्रसंग साकार करण्यात प्रतिमा इंगोले यांना सिद्धहस्तता प्राप्त झाली आहे. कथा, मग ती दीर्घकथा असो वा लघुकथा असो, अगर अलीकडच्या काळात प्रसिद्ध झालेल्या त्यांच्या 'बुढाई' आणि 'पार्टटाईम' कादंबऱ्या असो. ग्रामीण परंपरेतील आदिम अस्तित्वाचा आणि तिथल्या स्त्रीच्या वेदनेचा स्वीकार त्यांच्या कथांनी निर्मळ मनाने केला आहे. ग्रामीण स्त्रियांची असणारी एक वेगळी अनुभूती, तिची वेगळी संस्कृती व त्यानुसार भाषा या सर्वांचा मेळ घालणारी इंगोले यांची कथा वाङ्मयप्रवाहात महत्त्वाची ठरते.

■

-: २ :-

'हजारी बेलपान'

ग्रामीण जनजीवनाचे ग्रामीण संवेदनशीलतेने केलेले चित्रण ग्रामीण साहित्य या नावाने ओळखले जाते. आधुनिक मराठी साहित्यात ग्रामीण जीवनाचे चित्रण अगदी ह. ना. आपट्यांच्या 'काळ तर मोठा कठीण आला' या कथेपासून सापडते. पण अशा कथालेखनाची वाट दिघे, ठोकळ यांच्या कथा साहित्यातून प्रशस्त झाली. १९२० नंतर ग्रामीण कथेतून आणि रविकिरण मंडळातील कवींनी लिहिलेल्या जानपद कवितेतून ग्रामीण साहित्याच्या पाऊलखुणा शोधता येतात. गिरीशांची 'भलरी', यशवंतांची 'प्रेमाची दौलत' हे जानपद जीवनाचे काव्याविष्कार होते.

१९४५-५० नंतर माडगूळकर, शंकर पाटील, द. मा. मिरासदार यांनी ग्रामीण कथालेखनात कलात्मकता आणली. १९७५ च्या सुमारास ग्रामीण साहित्याच्या प्रवाहाने चळवळीचे स्वरूप धारण केले. ग्रामीण भागातील बहुजन समाजाच्या प्रश्नांशी, भावनांशी या चळवळीने आपली नाळ जोडली. याच सुमारास आदिवासी जनजीवन व जनवादी साहित्य प्रवाह याकडे लेखकांची दृष्टी वळू लागली. भाषा आणि कलांविषयी परंपरागत संकेताचे कोणतेही दडपण न घेता ग्रामीण लेखकांचे अनुभव शब्दबद्ध होऊ लागले.

मध्यमवर्गाच्या ठरावीक परिघाबाहेरचे उपेक्षित जग अशा साहित्यातून व्यक्त होऊ लागले. मराठी साहित्याचे अनुभवविश्व समृद्ध होऊ लागले. आणि ग्रामीण साहित्य प्रवाहामागची स्वतंत्र पृथगात्म वैचारिक भूमिका स्पष्ट होऊ लागली. ग्रामीण व दलित साहित्याची निर्मिती आधी झाली आणि नंतर त्याप्रकारच्या साहित्य प्रवाहांना ती विशेषणे प्राप्त झाली.

महात्मा जोतिबा फुले यांनी पिळवणुकीत सापडलेल्या शूद्र, अतिशूद्र, शेतकरी, कामगार, स्त्रीवर्ग यांच्या उद्धारासाठी क्रांतिकारक चळवळ उभी केली. 'शेतकऱ्याचा आसूड' सारख्या निबंधातून सर्वसामान्य कष्टकरी जनतेच्या दु:खाला त्यांनी वाचा फोडली. ग्रामीण साहित्य विचाराला वैचारिक परंपरेचे एक अधिष्ठान त्यांनी दिले होते. फुले

- शाहू - आंबेडकर - मार्क्स या विचारवंतांबरोबरच इतर ज्या अनेक व्यक्तींनी ग्रामीण समाजाच्या उन्नतीसाठी विचार व्यक्त केले. त्या विचारांचा वेध घेत डॉ. आनंद यादव यांनी ग्रामीण साहित्याच्या प्रवाहाचे वैचारिक नेतृत्व स्वीकारले. या संदर्भात डॉ. आनंद यादव म्हणतात, ''ग्रामीण हा शब्दप्रयोग फक्त ग्रामातील व्यवस्थेशी निगडित नाही.'' त्याचा अर्थ शहरी व्यवस्थेव्यतिरिक्त जी जी भारतीय जीवनव्यवस्था आहे, त्या सर्व व्यवस्थेला व्यापणारा, असा अर्थ या चळवळीला अभिप्रेत आहे. (मराठी साहित्य, समाज आणि संस्कृती, पृ. ७८) 'ग्रामीण याचा अर्थ ग्रामाचे, ग्रामातील, ग्रामविषयक ते सर्व ' असे ग्रामीण साहित्य : दिशा व स्वरूप' चे लेखक वासुदेव मुलाटे म्हणतात. (पृ. २६). श्रीराम गुंदेकरांनी 'ग्रामीण साहित्य : प्रेरणा व प्रयोजन' या ग्रंथात म्हटले आहे की 'ग्रामीणांनी ग्रामीणांचे अस्सल जीवनदर्शन घडवले ते देशी वळणाचे साहित्य' (पृ.२६).

१९२५ नंतर अवतरणाऱ्या ग्रामीण साहित्यामागील प्रेरणा सामाजिक जाणिवेच्या आणि गांधीवादामुळेही निर्माण झालेल्या आहेत. त्या काळातील ग्रामीण साहित्यही स्वप्नरंजन आणि अवास्तव कल्पनाविश्वात रमणाऱ्या तत्कालीन मराठी साहित्याप्रमाणेच होते. आपल्या देशातील अधिकांश जनता खेड्यापाड्यातून राहते. त्या ग्रामीण जीवनातून फुलणारे, ग्रामीण वास्तवातून साकार होणारे हे ग्रामीण साहित्य होते.

ग्रामीण जीवनाला सर्वांगीण स्पर्श करणारी कादंबरी व कथा आज कोकण, कोल्हापूर, सातारा, सांगली, मराठवाडा, खानदेश, विदर्भ अशा दूरदूरच्या प्रदेशातील ग्रामीण जीवनाला साकार करते आहे. कृषीशी निगडित परिसर व ग्रामव्यवस्था, शेतमजुरांचे आणि शेतकऱ्यांचे तसेच गावगाड्यातील बारीकसारीक व्यवसाय करणाऱ्यांचे जगणे हा या ग्रामीण साहित्याचा परिघ आहे. ग्रामसंस्कृती ही निसर्गावरच बरीचशी अवलंबून आहे आणि निसर्गाच्या लहरीमुळे ग्रामीण माणूस दैववादी असण्याची शक्यता आहे. शेतीला माणूसबळाची आवश्यकता असल्याने एकत्र कुटुंबपद्धती ग्रामीण परिसरात आजही अस्तित्वात आहे. गोतावळा, नातेवाईक, पाहुणे, परंपरा, रूढी, रीतिरिवाज सांभाळून ठेवण्याची धडपडही तिथे आहे.

ज्या प्रदेशात माणूस जन्म घेतो, त्या प्रदेशातील निसर्ग, तेथील लोकांचे आचारविचार, सामाजिक संकेत यांचा संस्कार होऊन त्याचे जीवन घडत असते. तिथल्या मातीनेच त्या व्यक्तिमत्त्वाला जन्म दिलेला असतो. त्याच्या नसानसांतून ते पाणी मुरलेले असते........ त्यांच्या मनाचा धर्म हा तिथल्या निसर्गानेच घडविला असतो. पुढे-मागे हा प्रदेश जरी सोडला तरी त्यांच्या मनावरचे हे धर्म पुसले जात नाहीत. आज शहरी जीवन व ग्रामीण जीवन यांच्या सीमारेषा परस्परांशी भिडू लागल्या आहेत. शहरी सुधारणा खेड्यातून येऊन पोहचल्या आहेत.

अशा बदलत्या सीमारेषेवर उभ्या असणाऱ्या ग्रामीण जीवनाचे दर्शन प्रतिमा इंगोले यांच्या ग्रामीण कथेतून आपणास घडते.

परिसर -

सातपुड्याच्या दुपट्ट्यावर वसलेलं एक लहानुलं गाव. प्रतिमा इंगोले यांच्या कथा तेथे साकारतात. गावाभोवती सातपुड्याची झालर आहे. तिथे वान नदी झुळझुळ वाहते. गावाची जमीन काळीशार आणि लोण्यासारखी मऊ आहे. जमिनीतून पूर्वी दरसाल दान्यांचा (धान्याचा) पूर यायचा.

गावातला मुख्य व्यवसाय शेती. म्हणून भरपूर जमिनीचे मालक जमीनदार आणि दोन वेळा कशाबशा भागवणारे मजूर हे तिथले प्रमुख दोन वर्ग. मजुरांना, गरिबांना कर्ज देणारे मारवाडी-सावकारही या गावात जम बसवून आहेत. पावसाळ्यात झड लागली की गावच्या आणि गावाला इतर जगाशी जोडणाऱ्या रस्त्यांवर ढोपर ढोपर चिखल होतो. सगळे व्यवहार ठप्प होतात. बैलगाड्यांची चाके चिखलात फसतात. अशा वेळी कोणी बाळंतीण अडली तर कठीण वेळ येते, प्राणावर बेतते. पण अशा वेळी शत्रुत्व विसरून माणुसकीचा गहिवर माणसांच्या मनात दाटतो. (अकसिदीचे दाने).

'पोळ्याच्या दिवशी बैलांची पूजा केली जाते. गायीच्या सुता। धरतीच्या पुता। आळूसानं मारलं। आऱ्यानं टोचलं। पुरान्यानं मारलं। कासऱ्यानं आवरलं। राग नोका धरू हो। आज आवतन घ्या। आन् सकाय जियाले या' असे घरच्या कष्टकरी जित्राबांना, बैलांना पुरणपोळीच्या जेवणाचे आमंत्रण दिले जाते. हळद-लोणी बैलांच्या खांद्याला लावून प्रेमाने त्यांना हे आमंत्रण अगत्याने देतात. (दारका) - गायी बैलांवर घरधनीणसुद्धा खूप जीव लावते. त्यांच्या अंगावरून हात फिरवून, अंगारा धुपारा लावून दृष्ट काढली जाते.

बैलाची दारका काढतात त्याचे वर्णन (सविस्तर तपशीलवार) प्रतिमा इंगोलेंनी केले आहे. सगळ्या वर्षभर राबणारी ही मुकी जनावरं पायगुणाची असतात. हळद कुंकू, फुलं, साखर, पानाचे विडे आणि बत्त्यांसाठी घासलेट. दिंडीत फिरण्यासाठी शेरनी. जमलं तरच बाळगोपाळांना जेवण.'' (दारका पृ. १८) असं या रूढीचं स्वरूप आहे. जेव्हा एखादं अश्राप जनावर मरतं तेव्हा वावरात खड्डा खणून त्यात मिठात त्या जनावराला पुरतात. (पृ. २३) शेतीवर राबणाऱ्या गरिबांवर आणि त्यांच्या बायका-मुलींवर मात्र सावकार जमीनदारांची वासना नेहमीच जाते. त्या बायका-मुलींना आपलं शील वाचवणं कठीण होऊन बसतं. कित्येकदा नदीतला

डोह त्यांना पोटात घेतो. (बळी पृ. ७५) घरकामाच्या रेट्याखाली दबलेल्या बायकांना पुरुषांकडून काडीचीही सहानुभूती मिळत नाही. गावकीतली भाऊबंदांची भांडणे कधी सरत नाहीत.

हे विश्व वाचकांपुढे साकार करण्यासाठी वैदर्भी बोलीतूनच त्यांनी आपल्या कथा सांगितल्या आहेत.

'हजारी बेलपान'

प्रतिमा इंगोले यांचा 'हजारी बेलपान' हा पहिलाच कथासंग्रह आहे. कथा ऐकणे वा कथा सांगणे ही मनुष्याची स्वभावजन्य व स्वभावगत अशी प्रवृत्ती आहे. त्यातच मराठी माणूस हा गोष्टीवेल्हाळ आहे. यातील बहुतेक कथा प्रतिमा इंगोले यांनी कथाकथनाच्या माध्यमातून रसिकांपुढे सादर केल्या आहेत. कधी मिष्कील तर कधी खळखळून हसविण्याचे कसब त्यांच्या शब्दांमधे आहे. ग्रामीण परिसरातील लोकजीवन, ग्रामीण बोलीतच चित्रित करून प्रतिमा इंगोलेंनी मराठी ग्रामीण कथादालनात महत्त्वाची भर टाकली आहे. प्रासादिक ओघवती भाषा, ग्रामीण वाक्प्रचार व म्हणींचा वापर अचूक केला आहे. ग्रामीणांचे रीतिरिवाज, राहणीमान, सणवार, नवोढांच्या हौशी, मस्करी यातून कथेला खुसखुशीतपणा आला आहे. कथाकथनाच्या माध्यमातूनच या कथा जन्माला आल्यामुळे कथा गंभीर होण्यापेक्षा रंजक आणि चटपटीत झाली आहे. तरीही सुरुवातीची म्हणून नाकारता येत नाही. कारण ग्रामीण रूढी, परंपरा अंधश्रद्धा, काही छांदिष्ट पात्रे यांच्या स्वभाव वैशिष्ट्यांतून विनोद निर्माण होऊन कथा नकळतच समाजप्रबोधनाचे काम करते. मनोरंजन व समाजप्रबोधन ही अभिजात विनोदाची वैशिष्ट्ये मानल्यास याचा इथे काही प्रमाणात प्रत्यय येतो. या कथांना किश्शांचे रूप आल्याने चटकदारपणा आला आहे. आत्मनिवेदनात्मक स्वरूप असल्याने कथावस्तूला उठावदारपणा प्राप्त झाला आहे.

मुख्य म्हणजे कथालेखिकेचे सूक्ष्म निरीक्षण, लोकसंस्कृतीची सजग जाण व अस्सल वऱ्हाडी बोलीचा आविष्कार, यामुळे कथेला बळ प्राप्त झाले आहे. प्रतिमा इंगोलेंच्या कथेतील भाषा ही दर्यापूर, अमरावतीची वऱ्हाडी बोली आहे. ती आपल्या सामर्थ्यानिशी कथेत व्यक्त होते. बोलीबरोबरच लेखिकेने ग्रामीण वाक्प्रचार व म्हणींनी प्रादेशिकता, त्यातील संस्कृती यांचेही दर्शन घडवले आहे.

उदा. :-

'जातीचे ना पातीचे आन डोक्स्यावर बसले'
'बोल्याले बोलकी आन् कामाले हलकी'

'साठा झाला पन काटा नाही गेला'।

'आला चेव त केला देव, नायीत हरहर महादेव'

इत्यादींचा वापर करून तो प्रसंग फुलवून परिणामकारक रीतिने वाचकांच्या मनावर बिंबवत, बिनधास्तपणे रसिक मनाचा ठाव घेतला आहे. भावव्यंजकता वाढवण्यालाही त्याचा उपयोग झाला आहे. खोयमोळी, रेंगी, वयनी, हापसी सारख्या बोलीतून, शब्दातून प्रादेशिक आगळेपणा जाणवतो. ग्रामीण जीवनाचे निखळ दर्शन या कथांतून घडते. खरं म्हणजे कुठलाही लेखक हा आपल्या प्रकृतीधर्म आणि जीवितानुभव यांच्या अनुषंगाने आपले लेखन करीत असतो. त्यादृष्टीने पाहता प्रतिमा इंगोले यांचा ग्रामीण मातीशी आलेला निकटचा संबंध आणि त्यांची निरीक्षण शक्ती व मिष्कीलपणा यांचा सुंदर मिलाफच आहे. मराठी कथेच्या कुठल्याही कथित प्रवाहात सामील न होता किंवा प्रयोगशीलतेची हौस न बाळगता सूक्ष्मपणे खेड्यातल्या तरुण-तरुणींचे विश्व त्या उलगडून दाखवतात.

या कथासंग्रहात एकूण ११ कथांचा समावेश आहे. 'मियाँ बिबी राजी' या कथेत एका ग्रामीण नवोढेच्या भावभावना तिच्याच शब्दात दिलखुलासपणे मांडल्या आहेत. आणि ग्रामीण तरुण-तरुणींच्या निसर्गसुलभ भावभावनांची वडिलधाऱ्यांना जाण नसणे, त्यातून निघालेले पेचप्रसंग आणि विनोद यामुळे कथा वाचनीय होते. मुख्य म्हणजे इथे हुंडा देणारा बाप आहे आणि हुंडा बापानेच द्यावा आणि आपले लग्न व्हावे, अशी इच्छा करणारी मुलगी आहे. मियाँ बिबी राजी असतानाही 'तू घटस्फोट घेतलाच पाहिजेस' असा तामसी हट्ट धरणारा मठ्ठ बाप आहे आणि मुलीकडची माणसेच मुलाकडच्या माणसांना अडवतात आणि त्यांना फजित करतात, असे विपरीत दृष्य आहे. संसारातील छोट्या गोष्टींनीच संसार कसा संपन्न होतो, ते बोली भाषेतून तेही वऱ्हाडी बोलीतून सांगितले आहे. संपूर्ण कथाच्या कथा किंवा कथांतील संवाद बोलीभाषेतून लिहिणे, तेही मिष्कीलपणे विनोदाच्या अंगाने सांगणे, अवघड आहे. ही कठीण गोष्ट प्रतिमा इंगोले ह्यांनी ताकदीने साध्य करून दाखवली आहे. कीर्तनाचा रसाळपणा, रंगतदारपणा, वेल्हाळपणा या कथांना लाभलेला आहे. रसाळपणाची चढती कमान, चढती रंगत साध्या सरळ पद्धतीने पुढे येते. गूढ तत्त्वज्ञान किंवा फार व्यामिश्रता तिथे नाही. भिकी कपडे मागायला येते आणि फसवते (भिकीचे कपळे), माडीवरच्या खोलीत एक जोड-न्हाणी आहे एवढंच (जोडन्हानी) देवदेवकी करणाऱ्या बाईला पोलीसच पकडून नेतात (ठानं बाई अवचित) अशी एखादी एकेक घटनाच तिच्या अंगोपांगानी फुलवणाऱ्या साध्या सरळसोट कथा, पण तरीही त्या वाचकांना अंतर्मुख करून जातात.

'हजारी बेलपान' ही पूर्ण कथाच लहानशा वाक्प्रचाराच्या अंगाने त्या

भागातले व्यवहार, रीतीभाती, नातीगोती यांचा एक सांस्कृतिक पटच उलगडते. ही एकच नव्हे तर या सर्व कथाच एक सांस्कृतिक पट आपल्यासमोर उलगडतात. एका तीनपानी बेलाच्या पानाला आणखी एक चौथे पान हळूच फुटलेले, एवढा एक निसर्गसृष्टीतील बारीक चमत्कार आणि तिच्याभोवती गुंफलेली श्रद्धा, विणलेली परंपरा, निष्ठा आणि या निष्ठेच्या अंगानेच मिष्कीलपणे उलगडलेले मित्र आणि निवेदक यांचे संबंध, यातील रंगतदार धागे या कथेत व्यक्त होतात. मित्रामुळे महादेवाची होणारी पंचाईत या कथेत सांगितली आहे. त्याला एकीकडे मित्राचा सहवास हवासा वाटतो, तर दुसरीकडे बायकोचीही ओढ वाटते. मधल्यामधे त्याची मात्र तारांबळ उडते. 'हजारी बेलपान' ही मुळातच बोली भाषेच्या अंगाने या संग्रहातली महत्त्वाची कथा आहे.

'आता तुमीच सांगा, दोस्ताईसंग गेलो म्हणूनच माया फायदा झाला ना? नायीतं आयीष्यभर ते पोरगी कुकळे पायत व्हती नं मी कुकळे पायत व्हतो, नायी का पंचाईत?' (पृ. ३७)

किंवा

'मादेव घरचा देव. पयले त आपलं काय आला चेव त केला देव, नायीतर हरहर महादेव! पन लगन झाल्यावर मायनं आमच्या दोगाईच्या हातानं महादेवाले अभिसेक घातला. अभिसेकाच्या वाक्ती बेल वायाले उचललां त एका बेलाच्या तिरगुनीले चार पानं. दोन पानं न्याऱ्हे आन एका पानाच्या बुळात चवथं पान. मी तं असी तिरगुनी आज पयलंन सुट्याच पावून रायलो व्हतो. मायले म्हनलं

"माँ हे तिरगुनी पायवं, कसी हाये एका तिरगुनीले चार पानं! हे देवाले चालते काय?"

तं माय म्हने "बापा! तुया भागानं तुले हे तिरगुनी भेटली. अरे कोनाच्या नसीबात हाय तिरगुनी चार पानाची? चार पानाची तिरगुनी म्हणजे हजारी बेलपान! एक तिरगुनी वायली का हजार तिरगुन्या देवाले वायल्याचं पुन्य भेटते. (पृ.३७-३८)

"आपल्याले बुळात बायकोचं पान फुटलं. आपल्याले दोस्तीचे दोन पानई सोळाव वाटत नायीन, आन हे चवथं बुळातलं पानं आपल्याच आंगातून फुटल्यावानी आता करावं तं कसं करावं?" (पृ. ३९)

भाषेसंबंधी जितका खोल विचार करावा तितका हा भाषेचा अस्सलपणा मनाला भिडतो. वऱ्हाडी, अस्सल वाणाची बोली वापरल्याने या कथांचा बाज ग्रामीण झालाय. याच कथा पुणे-मुंबईच्या नागरी शहरी भाषेत लिहिल्या असत्या, तर त्यांचा प्राणच हरपला असता असे कमल देसाई म्हणतात, ते बरोबर आहे.

'भिकीचे कपळे,' 'जोळ न्हानी', 'खोयमोळी', 'बापसे बेटा सवाई,' 'गुरुप सेकरटरी पोट्ट' इत्यादी काही कथा ग्रामीण पार्श्वभूमीवर असल्या तरी पूर्णतः ग्रामीण जीवनाचेच असे दर्शन त्यात नाही. 'करणी कवटाळ', 'जादुटोणा', 'भानामती' वगैरे कल्पना विदर्भातील झाडीपट्टी व सातपुड्याच्या पायथ्याशी खोलवर रुजलेल्या आहेत. आदिम पातळीवरील मनाचा वेध त्या घेतात व त्यातील फोलपणाही सूचित करतात. ''दुसमानानं दावा साधेल हाय व जाई! कनकीची भुलाई करून त्या भुलाईले सुया रोवून तिले तुया डोक्शीचे केस लावेल हायत व जाई! आन ते भुलाई तुया नावराशी तुया दाट्यात रोवेल हाय व जाई!' यासारख्या प्रसंगातून त्यांनी 'यातुविधी' संबंधीच्या एका गुदमरलेल्या भावविश्वावरच प्रकाश टाकलेला आहे. जी. ए. कुलकर्णी यांच्या कथातून हे विश्व एका वेगळ्या अनुभूतीतून येते, तर इंगोले यांच्या कथांमधून ते भावविश्व केवळ भोळसट वृत्तीच्या स्त्रियांमधून येते. घुमणारे 'झाड' शेवटी देवी नसून भाबड्या स्त्री-पुरुषांना फशी पाडणारी लुटारू ठरते. असे पदर उलगडताना रंजकतेबरोबरच उद्‌बोधनही त्या करतात.

'भिकीचे कपळे' आणि 'ठानं बाई अवचित' ह्या कथांतून ग्रामीण लोकतत्त्वाचे एक मनोहर दर्शन घडते. स्त्री मनाचा ठाव त्या अंगभूत सामर्थ्याने घेतात. स्त्रियांच्या तारुण्यसुलभ नवथर भावनांची पखरण त्या निर्मळ आणि दिलखुलास अंतःकरणाने करतात. 'गुरूप सेकरेटरी पोट्टं' 'जोळ न्हानी' व 'मियाँ बिबी राजी' या कथांतून नवथर भावनांचे अनोखे दर्शन घडते. लग्न झाल्यावर मले नदीवर जावावं वाटे आन घंटोनशी नदीच्या पाण्यात पाय बुडून नदीचं झुयमुय वायनं पावावं वाटे. असे मिया बिबी मधल्या पुष्पाला वाटते. पुष्पाची ही नवथर भावना साऱ्याच तिच्या वयाच्या तरुणींची असते. ' माया घरचा बुवा मले म्हने, तू वायली आन मी त्याईले म्हनो, तुमी वायले'' विरहार्ततेने उचंबळलेल्या या भावना उत्कट तर आहेच, पण चैत्रातल्या हळदी-कुंकवात गुलाबपाणी शिंपडावं तशी मधूरही आहेत.

या पहिल्याच संग्रहात ग्रामीण मनाचे, त्यातील लोकजीवनाचे एक तत्त्व लेखिकेने संभाळले आहे. नवीन पिढी आणि जुनी पिढी याचा संघर्ष विजयाबाई राजाध्यक्षांपासून तो आशा बगेपर्यंतच्या सामर्थ्यवान लेखिकांनी आपल्या कथांतून मांडलेला आहे. ग्रामीण जीवनातले बदलही याच समांतर पातळीवरून जातात. प्रतिमा इंगोले यांनी ग्रामीण जीवनातील जुन्या पिढीतील व्यक्तींच्या अंतरंगात शिरत नव्या पिढीच्या मनःस्थितीलाही स्पर्श केला आहे. 'मिया बिबी...' या कथेतून या ताठर जुन्या पिढीचे दर्शन होते.

जुन्या पिढीची ताठरता आणि नव्या पिढीची संवेदनशीलता हा ग्रामीण पार्श्वभूमीवरील संघर्ष लेखिका ताकदीने व्यक्त करते. बेगडीपणाला या ग्रामीण

कथांत थारा नसतो. ग्रामीण लोकभाषा जशी प्रकृतीला जवळ तशीच ती भाषा बोलणारी माणसंही अवघडच असतात. त्यांच्या जीवनात नवरा हा कुंकवाचा धनी. त्याचे कौतुक, अभिमान न्याराच, पण खेड्यातील स्त्री ही अमक्या तमक्याची बायको! या नात्यापेक्षा ती अमुकराव, तमुकरावाची सून म्हणूनच अधिक परिचित असते! 'ठानं बाई अवचित' मधील ग्रामीण स्त्री जेव्हा पाहता पाहता बचावते तेव्हां 'आज मले उशीर झाला नसता तर? तुकाराम पाटलाची सून मी. मले हे ठानं सोडून दुसरंच ठानं पा लागलं असतं!'' अशी उत्स्फूर्त भावना उमटते. हे खरे अस्मितेचे दर्शन असते. वऱ्हाडी जीवनातील जी वैशिष्ट्ये महत्त्वाची, ती सारी प्रतिमा इंगोलेंच्या कथांतून दिसतात. ग्रामीण जीवनातील या किस्सेवजा कथा असल्या तरी त्या जीवनावर प्रखर आणि विदारक प्रकाश टाकतात. पहिलाच संग्रह असला तरी पुढच्या दीर्घकथेच्या बीजखुणा यात स्पष्ट दिसतात. ग्रामीण वास्तवाच्या प्रभावी आविष्कारामुळे या सर्वच कथा लक्षणीय ठरल्या आहेत.

■

-: ३ :-

'अकसिदीचे दाने'

प्रतिमा इंगोले या ग्रामीण कथालेखन करणाऱ्या लेखिकेचे नाव मराठी वाचकांना 'हजारी बेलपान' या त्यांच्या पहिल्याच कथासंग्रहाने परिचित झाले. हा संग्रह वाचून त्या काळात वाचकांनी लेखिकेकडून फार मोठ्या अपेक्षाही व्यक्त केल्या होत्या.

१९६० नंतर कथाक्षेत्रात ग्रामीण कथांचा वेगळा, उठून दिसणारा प्रवाह निर्माण झाला. आधुनिकतेची चाहूल असणारा पण परंपरागत जीवनाची चाकोरी न सुटलेला असा हा कथाप्रवाह होता. आज ग्रामीण कथा-कादंबऱ्या एका नव्या वळणावर उभ्या आहेत. अनेक प्रदेशातले लेखक त्या त्या भागातील बोलीभाषेचा उपयोग करून लिहित आहेत आणि बदलत्या ग्रामजीवनाचे प्रतिबिंब त्यातून जाणवते आहे.

सखा कलाल, चारुता सागर, आनंद पाटील, मोहन पाटील, राजन गवस, महादेव मोरे, गोविंद मुसळे, बाबाराव मुसळे अशा अनेक लेखकांनी ग्रामीण साहित्यात मोलाची भर घातली आहे. विश्वास पाटील यांनी 'पांगिरा', 'झाडाझडती' या कादंबऱ्यातून आणि आनंद यादव यांनी 'गोतावळा' तून ग्रामीण भागातील सामान्यांच्या जगण्याचे वास्तवदर्शी तसेच परिणामकारक चित्रण केले आहे. आपल्या लेखनातून या महत्त्वाच्या लेखकांनी त्या त्या प्रदेशातील समूह जीवनाचे, तेथील वेगळ्या उपसंस्कृतीचे दर्शन घडवले.

प्रतिमा इंगोले यांनीही ग्रामीण कथा, कादंबरी आणि कविता असे विपुल लेखन केले आहे. आणि अजूनही हे लेखन त्या करीत आहेत. मुंबई-पुणे या मराठी साहित्याच्या केंद्रापासून दूरच्या प्रदेशात, विदर्भात दर्यापूरला राहून त्यांनी ही साहित्य-निर्मिती केली आहे आणि तरीही त्यांच्या लेखनाची दखल समीक्षक घेत आहेत ही एक महत्त्वाची बाब आहे.

आजची प्रभावी प्रसिद्धीमाध्यमे, त्यांची वेगवान यंत्रणा आणि सर्वदूर पसरलेले त्यांचे जाळे, अनेक साहित्यिक पुरस्कार आणि पारितोषिके यांची चालून येणारी

संधी, यामुळे लेखकांना खूप उठाव मिळतो. प्रतिमा इंगोले यांनासुद्धा त्यांच्या बहुतेक प्रसिद्ध होणाऱ्या पुस्तकांसाठी पारितोषिके आणि पुरस्कार प्राप्त झाले आहेत. त्यामुळे त्यांचे वैशिष्ट्यपूर्ण लेखन प्रसिद्धीच्या आणि अभ्यासाच्याही वलयात येऊन पोहचले आहे. 'हजारी बेलपान', 'अकसिदीचे दाने', 'लेक भुईची', 'हिरवे स्वप्न', 'सुगरनचा खोपा', 'जावायाचं पोर', 'अंधारपर्व' हे त्यांचे सात कथासंग्रह नजरेखालून घातले तर लक्षात येते की, या ग्रामीण कथा कोणत्याही साचेबंद स्वरूपात बसवणे कठीण आहे. लेखिका ज्या ग्रामीण परिसरात वावरते त्याचे स्पष्ट प्रतिबिंब या कथांतून दृष्टीस पडते.

आधुनिक मराठी साहित्यावर आणि अर्थातच कथाक्षेत्रावरही पाश्चात्त्य कथालेखकांचा चांगलाच प्रभाव होता आणि अलीकडे नवकथा निर्मितीच्या क्षेत्रात हा प्रभाव वाढतच गेल्याचे जाणवते. मात्र, ग्रामीण साहित्य, प्रादेशिक साहित्य आणि दलित साहित्य या प्रभावापासून दूर राहिले आहे. प्रतिमा इंगोले यांच्या कथालेखनावरसुद्धा पाश्चात्त्य कथासृष्टीचा प्रभाव थोडादेखील आढळत नाही.

रचनातंत्र, व्यक्तिचित्रणाचे तंत्र, घटना मांडणीचे कौशल्य, तपशिलाची कलाकुसर यांचा जाणीवपूर्वक उपयोग प्रतिमा इंगोले यांनी केलेला नाही. कौटुंबिक सुख-दुःखांना त्यांच्या कथेत मध्यवर्ती स्थान आहे.

वऱ्हाडी ग्रामीण जनजीवनाचे थेट प्रक्षेपण प्रतिमा इंगोले करत असतात. ग्रामीण जीवनातील सुख-दुःखे, अडचणी, वैर, स्नेह याचे सरस आणि नीटस चित्रण त्यांनी 'अकसिदीचे दाने' या कथासंग्रहातील कथांमधूनही केले आहे. म्हणूनच प्राचार्या अनुराधा गुरव यांनी म्हटले आहे की, ''प्रतिमा इंगोले आपल्या संवेदनक्षमतेने खेडुतांच्या काळजाच्या तळाशी डोकावताना दिसते.'' या कथासंग्रहातील नऊ कथांपैकी शेवटची 'बळी' ही कथा त्यांच्या या वैशिष्ट्याचे स्पष्ट उदाहरण आहे. दारिद्र्याने नाडलेले शेतमजुराचे कुटुंब आणि अशा आई-वडिलांची वयात आलेली पोर म्हणजे तर पदरातला जळता निखाराच. या कोवळ्या मुलीवर येणाऱ्या प्रसंगाचे आणि परिस्थितीच्या पेचात अडकलेल्या आई-वडिलांच्या घालमेलीचे मार्मीक चित्रण लेखिकेने केले आहे.

ग्रामीण कथा म्हणजे तमाशा, विवाहबाह्य संबंधातील रंगेलपणा, आपसातील अमानुष वैर, दारिद्र्य, अज्ञान असा ठोकळेबाज आशय प्रतिमा इंगोलेंच्या कथेत सापडत नाही. कारण कथा बेतणे, रचणे या कृत्रिम तंत्राच्या आहारी न जाता त्यांनी कथा लिहिल्या आहेत. या कथा वाचताना जाणवते की, ग्रामीण वऱ्हाडी बोलीत केवळ खुसखुशीत, तर कधी कधी तर चहाटळपणाकडे वळणाऱ्या कथाच असतात असे नाही. मानवी मनाचे आतले पदर उलगडून दाखवणाऱ्या 'लोकावानी' किंवा

'सर्वा' अशा कथांमधून लेखिकेच्या प्रगल्भतेचेही दर्शन घडते.

खेडुतांच्या गावंढळपणाचे पाल्हाळिक वर्णन करण्याची 'पांग फिटला' किंवा 'दारका' या कथांतून त्यांना भरपूर संधी होती. पण तो मोह त्यांनी टाळला आहे.

ग्रामीण परिसर -

विशिष्ट प्रदेश, त्याचे भौगोलिक स्वरूप लेखक आपल्या कलाकृतीतून जिवंत करत असतो. तो प्रदेश, तेथील वनस्पती, जमीन, लोकजीवनाने माता मानलेली तेथील नदी आणि जीवनाच्या झगड्यात टिकून राहण्यासाठी धडपडणारी तेथील माणसे, त्यांच्या जीवनरीतींच्या तऱ्हा यातून तो परिसर साकारतो, चित्रबद्ध होतो.

प्रतिमा इंगोले यांच्या कथांमधून या कथांचा परिसर नजरेस पडतो. सातपुड्याच्या दुपट्यावर वसलेलं एक लहानुलं गाव. गावाभवताल सातपुड्याची झालर. गावाजवळून झुळझुळ वाहणारी वान नदी. आजच्या युगात मात्र सातपुड्याला वणवा लागला होता. त्याचा पिवळा उजेड गावात पडत होता. बदलता काळ पाहून अजब घडलं, वान नदीच्या पाण्यानीही पात्र बदललं याचा उल्लेख 'गढी' या कथेत लेखिकेने केला आहे.

गावाची जमीन काळीशार आहे. लोण्यासारखी मऊ आहे. तिच्यातून पूर्वी धान्याचा महापूर येई. वान नदी तेव्हा ऊर भरून गावाचं कौतुक पाहत असे. गावात काही थोडे मोठ्या जमिनीचे मालक आहेत.

बहुसंख्य गावकरी शेतमजूर. हातावर पोट असणारे त्याचे संसार. "चारी सांजा झाल्या की हे शेतकरी, कामकरी, वावरातून घराकडे वळतात. कधी वावरात पऱ्हाटी फुटलेली असते. कुठे फुटू पाहत असते. कापसाची फुटली बोंडे रांगोळीसाठी टाकलेल्या थेंबासारखी भासतात. रात्री हे वावर चांदीसारखं चमचमतं" (पांग फिटला. पृ. २४. अकसिदीचे दाने)

कथावस्तू -

१) अकसिदीचे दाने - या संग्रहातील पहिलीच कथा 'अकसिदीचे दाने' ही आहे. ज्यांचे मन थाऱ्यावर नाही असे बाळंतपणात अडलेल्या मुलीचे आई-वडील उमरावतीच्या डफरीन रुग्णालयात पोरीच्या उशाशीच बसले आहेत. टाकरखेडचे हे मोरे पाटील. टाकरखेड मुळी या मोऱ्यांवरून ओळखले जायचे. गावात आलेली बडी पाहुणेमंडळी मोऱ्यांच्याच वाड्यावर उतरणार असा नियम. पण पुंडलीक पाटील हा चुलत घराण्यातला मुलगा सरपंचाच्या जागेसाठी उभाच राहिला नाही तर

निवडून आला.

पुंडलीक पाटलाला अद्दल घडवण्यासाठी बेत, कारस्थानं रचली जाऊ लागली. सेवन पी. सी. आरचा कायदा लक्षात घेऊनच ही कुरापत रचली होती. पण ऐन वेळी पुंडलीक पाटलाने जामीन घेण्याचे जमवले. इतकेच नाही तर अंजनगावच्या बँकेतून लोन काढून पुंडलिकाने ट्रॅक्टर घेतला. गावातला तो एकमेव ट्रॅक्टर रस्त्याने जाऊ लागला की गावातले बाप्पे, आयाबाया, पोरंसोरं हातातली कामे सोडून ट्रॅक्टर बघत उभी राहत.

मोरे पाटलांची तीन वर्षांपूर्वी लग्न झालेली पोरगी सुमी बाळंतपणाला घरी आली होती. आणि नेमकी झड लागली. उघडीप आली की छकड्यातून तिला अंजनगावला नेऊन तेथील दवाखान्यात भरती करायचं मोरे पाटलांनी ठरवलं होतं. पण आभाळ फाटल्यासारखा पाऊस कोसळत राहिला. मुलीला वेणा येऊ लागल्या. रस्त्यावरच्या ढोपर ढोपर चिखलातून तिला अंजनगावला नेणे कठीण झाले. फुली मांगिणीला तिची सुटका करता येईना. सुमीच्या आई-वडिलांचा धीर खचला. पोटच्या पोरीची ही तगमग आणि बाहेर वाऱ्यावादळाचे थैमान. बैलगाडीला सहा बैलं जोडूनही चिखलातून बैलगाडी मुंगी एवढीही पुढे सरकेना.

मोरे पाटलांना मागून ट्रॅक्टरचा आवाज आला. त्यांच्या मनात विखार दाटला, वाटलं - "हा दुश्मन ऐट दाखवायला, खिजवायला (माझ्यावर कठीण वेळ आली असताना) ट्रॅक्टर घेऊन चालला आहे. पण पुंडलीक पाटलाचा चेहरा काळजीने काळवंडला होता - "पाटील, पोरीचं समजलं आणि धावत निघालो बघा. घ्या लेकीला ट्रॅक्टरमध्ये. लेक काय तुमची एकट्याची आहे? आम्हीही चार अकसिदीचे दाने तिच्या डोक्यावर टाकले आहेत."

शत्रूवर संकट आले तरी माणुसकीने धावून जाणारा पुंडलीक पाटील याचे स्वभावचित्रण करणारी ही उत्कृष्ट कथा आहे.

२. 'दारका' - या कथेत उसाच्या पोटी काऊस निपजावा तशा शंकऱ्याचे चित्रण आहे. त्याची आई दारच्या वेलावर जीव लावणारी मायाळू बाई होती. त्या बाईचे घरच्या जनावरांवरही प्रेम होते. वर्षभर ज्यांना राबवून घेतो त्या नंदीच्या मुखी पोळ्याच्या दिवशी प्रेमाने पुरणावरणाचा घास भरवावा, अशी तिची इच्छा होती. जनावरे, विशेषत: बैल म्हणजे शेतकऱ्यांचे दैवतच असते. त्यांच्या उपकारांची फेड करण्यासाठी पोळा सण साजरा करायचा. बैलांना सजवायचं, त्यांना पोटभर जेऊ घालायचं, त्यांची मिरवणूक म्हणजेच दारका काढायची हे सगळे वऱ्हाडात खूप प्रेमाने केले जाते. वऱ्हाडी लोकजीवनाच्या या पैलूवर या कथेत प्रकाश टाकला आहे.

शंकऱ्या मात्र आपल्या आईची शेवटची इच्छा पूर्ण करत नाही. त्याच्या आईने त्याच्या चुलतीजवळ दारका काढण्यासाठी देऊन ठेवलेले २० रुपये तो दारू पिण्यात दवडतो आणि तिकडे दारका काढण्याच्या दिवशीच महादेवापुढच्या नंदीसारखा दिसणारा तो बैल गोठ्यात मरून पडतो. घरचे जनावर मेल्यावर त्याला कोल्ह्या-गिधाडांच्या तावडीत देऊ नये, असे शंकऱ्याची चुलती घोकत राहते.

वऱ्हाडातील पारंपरिक पोळा, या सणाचे बारकावे या कथेत लेखिकेने तपशीलवार दिले आहेत. वऱ्हाडातील शेतकऱ्यांची गरिबी, त्यांची ओढग्रस्त, त्यांच्या अंधश्रध्दा यांचे मनोज्ञ चित्रण या कथेत आहे. शंकऱ्याची आई आणि काकू या दोन जावांचे अंतरंग मोकळे करीत लेखिकेने ही कथा साकारली आहे. भा. ल. भोळ्यांना ही कथा उल्लेखनीय वाटली आहे.

३. 'पांग फिटला' - या कथेत निधड्या छातीच्या इठ्ठल पाटलाचे खुमासदार व्यक्तिचित्रण आहे. अडचणीच्या वेळी इठ्ठल पाटलाच्या नेतृत्वाखाली त्याचे गावकरी एकीने वागून कापूस चोरांना कसे पकडतात याचे चित्रण लेखिकेने केले आहे.

लहानपणापासून धट्टाकट्टा 'आन तेलाचा वटा' असणाऱ्या विठ्ठल पाटलाला भीती तर माहीतच नव्हती. वर्गात निघालेला साप एकट्याने मारणे, भुताच्या आमराईत जाऊन कैऱ्या तोडून आणणे अशा हिकमती लहानपणापासून करणारा हा मुलगा उंच तगडा विठ्ठल पाटील झाला.

'जलमाला आलो तर रडणाऱ्याचे अश्रू पुसायलाच पाहिजे' हे त्याचं तत्त्वज्ञान आणि त्यामुळं सुखदेव धनगराची पोरगी गुणी हिला दारूच्या नशेत बदकाळणाऱ्या नवऱ्याला इंगा दाखवायला विठ्ठल पाटील बेधडक धावून जातो. आणि अशा विठ्ठल पाटलाच्या गावात रक्ताचं पाणी करून ज्यांनी जमीन शिंपली त्याच्या उभ्या वावरातला कापूस चोरटे लंपास करू लागले.

विठ्ठल पाटील सोबत्यांसह झाडावर लपून बसला आणि चोरट्यांना त्याने मुद्देमालासह पकडले.

४. 'सर्वा' - ही कथा स्त्रीच्या मानसिक ओढाताणीचे चित्रण करते. झुंजुमुंजू झालं की उठायचं या काळजीने रात्रीही जिला धडपणी झोप लागत नाही अशी या कथेची नायिका. 'छत्तर गेलं की बाईची जात फत्तर होते' हा कडवट अनुभव तिच्या गाठीशी आहे. कोवळ्या वयातच उंच्यापुऱ्या, धडधाकट मिलीटरी जवानाशी बापूने तिचे लग्न केले. त्याने बायकोच्या नावाने विमा काढला आणि त्याला वीरमरण आले. विम्याचे पैसे मिळाल्यावर तिच्या दिरांनी तिचा अंगठा घेऊन ते पैसे हडप केले.

आज पोटची मुलगी निमी आणि फसवली गेलेली ती स्वत:, मोठं कठीण जिणं घालवत आहेत. तिच्या डोळ्यांत मृग मुक्कामालाच आले आहेत. हे त्रासदायक जीवन जगतांना निदान मुलीनं शिकून शानं व्हावं, तिच्या आयुष्याची आपल्यासारखी माती होऊ नये एवढीच तिची इच्छा आहे. निरक्षरतेच्या शापामुळे दिराकडून फसवल्या गेलेल्या स्त्रीची ही भावस्पर्शी कथा आहे.

५. 'गढी' - ही आहे 'गुरुजी' या सच्च्या समाजसेवकाची शोकान्तिका. खचत जाणारी गढी, निष्पर्ण होत जाणारे वडाचे झाड या प्रतीकांचा चपखल उपयोग या कथेत लेखिकेने केला आहे. आणि ध्येयवादी माणसांचा एकाकी संघर्ष या कथेत शब्दबद्ध केला आहे.

सातपुड्याच्या दुपट्ट्यावरचं ते लहानसं गाव. गावातून वाहणारी वान नदी आणि गावाची काळीशार जमीन याचे वर्णन लेखिकेने केले आहे. येथील ध्येयवादी, चारित्र्यसंपन्न आणि स्वार्थत्यागी गुरुजींमुळेच गावाला 'साजरं गाव' म्हणून मान मिळाला आहे. गुरुजींनी स्वकुटुंबाकडे दुर्लक्ष करून गावात शाळा काढली, परगावच्या पोरांसाठी छोटंसं बोर्डिंग सुरू केलं. दवाखाना, पोस्ट सगळ्यांसाठी धडपड केली. पण गावातली गढी जशी ऊन-पावसाने ढासळत गेली तसे गावकऱ्यांच्या वागण्याने गुरुजी खचत गेले, उदास झाले. 'फळाची हाव न धरता काम करत राहा' हा संदेश मनात धरून कर्तव्य पार पाडणारे गुरुजी लेखिकेने प्रभावीपणे रंगवले आहेत.

६. 'सोन्याचा गोफ' - एक दिलदार सून आणि तिचा मोठ्या मनाचा बाप या कथेत यांचे चित्रण आहे. भोगापेक्षा त्यागातच सुख असते अशी या बाप-लेकीची धारणा आहे. वडिलांच्या पित्यानी मरताना पिवळा धम्मक सोन्याचा गोफ पोराजवळ सांभाळून ठेवायला दिला. लक्ष्मीपूजनाला लाकडाच्या मोठ्या संदुकीत जपून ठेवलेला गोफ काढायचा, त्याची पूजा करायची आणि पुन्हा प्राणापलीकडे जपण्यासाठी तो संदुकीत ठेवायचा ही वडिलांची प्रथा होती.

लेकीच्या लग्नात तिचा नवरदेव रुसला, तेव्हा पित्याने तो गोफ काढला आणि जावयाला दिला. 'एवढास्सा गोफ दिला' हे हिणवणं तिच्या हृदयाला लागलं. पण तो अपमान तिने मनाच्या तळाशी ठेवला आणि सासूने तिच्याकडे फेकलेला गोफ तिने पेटीच्या तळाशी जपून ठेवला.

तिच्या नणंदेच्या लग्नातही नणंदेचा नवरा रुसला. रुक्मीने प्राणापलीकडे प्रिय असणारा गोफ रुसलेल्या नवरदेवासाठी देऊ केला.

''आपलं वागणं माणुसकीचं असं असावं. सोन्यानाण्याची किंमतच काय?''

रुक्मीच्या बापूने लेकीच्या डोक्यावरून प्रेमाने हात फिरवला. त्या शहाण्या मुलीचं खूप कौतुक झालं.

७. 'चाकोली' - या कथेचा नायक पत्नी आणि आई यांच्या प्रेमाच्या ओढाताणीत हेलकावे खातो. तसे हे घरोघरचे चित्र आहे.

नवी सून सकाळी उठली. गोवऱ्यातल्या मोठ्ठ्या विंचवाने नांगी मारली. बिच्चारीने बोटाला पट्टी बांधून सडा-सारवण आणि सकाळची कामं उरकली. नाक-डोळे पुसत कामं केली. गप्प राहिलेल्या नवऱ्याकडे आशेने बघत राहिली.

पुढे नवऱ्याच्या बहिणीच्या लग्नाची धामधूम उरकली. नणंद पहिल्यांदाच माहेरपणाला आली. तिलाही पहाटे गोवऱ्यातला विंचू डसला. त्यातच सासरी जाण्याची वेळ आली. आता मात्र नणंदेच्या आईचे डोळे भरून आले. 'एवढासा तर विंचू. त्याच्या डंखानी काय होतं?' हे तिने सुनेसाठी उच्चारलेले शब्द आपल्या लेकीच्या बाबत तिच्या तोंडातून कसे बाहेर पडणार?

८. 'लोकावानी' - या कथेतही स्वत:चा नवराच परका झाल्याने छळली जाणारी स्त्री आहे. लहान वयाची ही सासुरवाशीण. भगवंताच्या म्हणजे तिच्या दिराच्या शाळेतून पत्र आलं की, भगवंता शाळेतच जात नाही. वडिलांनी पत्र पाहिलं तर झोडतील या भीतीने भगवंत पाटलाच्या धाब्यात लपून बसला. जहांबाज नणंदेने मात्र कंडी पिकवली की वहिनी बोलली म्हणून भगवंता घरातून पळाला. संशयी नवऱ्याने खऱ्या-खोट्याचा विचार न करता आपल्या दोन जिवाच्या अश्राप कारभारणीला झोडपून काढले.

दिवसभर घरादारासाठी कष्ट करणारी ती उपाशी पोरगी रात्रभर अंगणात कण्हत पडली, तापाने फणफणली. घरातले सगळे गाढ झोपले होते. तिला वाटले की आपले नशीबही असेच गाढ झोपले आहे.

९. 'बळी' - दारिद्र्याने नाडलेल्या कुटुंबातील वयात आलेली पोर म्हणजे जणू पदरातला जळता निखाराच. अशा स्थितीत बापू पाटलाकडे मस्त गाडीतून आलेल्या पावण्यांनी १२-१३ वर्षांच्या अजाण नथीलाच पाटलाचे घर विचारले.

मागल्या वर्षी जेव्हा पाटलाकडे पावणे आले होते, तेव्हा वाड्यावर घरकामाला रखमी होती. रात्रीत काय झालं कोण जाणे; पण दुसऱ्या दिवशी नदीवर रखमीचं प्रेतच सापडलं होतं. संध्याकाळी घरी परतलेल्या नथीच्या बापाने चाचरतच पाटलाचा निरोप सांगितला - "नथीला घरावर धाड. नाही धाडलंस तर वाड्यावर जप्ती

आणतो. रखमीच्या खुनाच्या गुन्ह्यासाठी तुला फाशीत अडकवतो.''

रामा कळवळत राहिला. त्या गिधाडासारख्या नजरेच्या माणसांना पोरगी दिसायलाच नको होती म्हणून आईला वाटत राहिले. मनावर, जिवावर दगड ठेवून नथीला पाटलाकडे धाडलं आणि नथीसुद्धा नदीला जवळ करील या भीतीने तिचे वडील नदीवर जाऊन बसले. ''रखमीसाठी नथी, नथीसाठी आणखीन दुसरी - हे कुठवर चालणार?''

व्यक्तिचित्रण -

या ग्रामीण क्षेत्रात शेती वा शेतमजुरी हाच प्रमुख व्यवसाय आहे. काळ्या मातीवर प्रेम करणारी भाबडी माणसे ग्रामीण परिसरात खूप आहेत. पण आता ग्रामपंचायतीत राजकारणाने चंचुप्रवेश केला आहे. भाऊबंदकी पूर्वीपासून होतीच. राजकारणी माणसे आपल्या स्वार्थासाठी ही तेढ जागती ठेवतात. कष्टकरी मजुरांच्या सुख-दुःखाशी, दैन्याशी त्यांचे काही देणे-घेणे नाही. या ग्रामीण परिसरापर्यंत शिक्षणाची गंगा खरेतर जाऊन पोहचली आहे. 'गढी' कथेतील आदर्शवादी गुरुजींप्रमाणे बोटावर मोजण्याइतक्या लोकांना शिक्षण हवे आहे. खेड्यात सुधारणा व्हावी अशी कळकळ आहे. पण शोषणकर्त्यांच्या आणि स्वार्थी समाजकंटकांच्या विळख्यात खेडी घुसमटत असतात. या घडामोडींचे प्रातिनिधिक ठरावे, असे चित्रण प्रतिमा इंगोले यांच्या कथांमधून सापडते.

'अकसिदीचे दाने' या संग्रहातील नऊ कथांमधील काही व्यक्ती दीर्घकाळ लक्षात राहतात त्या त्यांच्या वैशिष्ट्यपूर्ण स्वभावामुळे. लेखिकेने केलेल्या रेखीव व्यक्तिचित्रणामुळे. 'दारका' कथेतील 'उसाच्या पोटी काऊस' शोभावा तसा आळशी, व्यसनी शंकऱ्या आणि 'दाराच्या वेलावरही जीव लावणारी', घरच्या जनावरांवर माया करणारी त्याची आई या कथेतून आपणास भेटते. 'धिप्पाडच्या धिप्पाड नंदी. शेताचं सारं काम म्हणजे आऊत धरणे, नांगर, वखर सगळ्याच कामात नंदी नेहमी पुढेच. मोठं पायगुणाचं जनावर' या वर्णनातून दारका कथेतला नंदी (बैल) रेखीवपणे वाचकांसमोर साकारतो.

'पांग फिटला' या कथेतील विठ्ठल पाटीलही लेखिकेने प्रभावीपणे शब्दबद्ध केला आहे. 'जन्माला आलो तर रडणाऱ्याचे आसू पुसायलाच हवेत.' असे त्याचे विचार आहेत. भीती हा शब्द त्याला लहानपणापासून माहीतच नाही.

सातवीत असताना त्याच्या वर्गात भल्ला मोठ्ठा साप निघाला. विठ्ठलने मास्तरांचा रुळ घेतला, भिंतीच्या भगदाडात लपून बसलेल्या सापाला शेपटी धरून

बाहेर खेचलं, रूळानी ठेचलं. असा धीट.

गावाबाहेरच्या भुताच्या आमराईत विठ्ठल जायचा. तेथून चोरून तोडून आणलेल्या कैऱ्या पेन्सिलीच्या बदल्यात वर्गातल्या मुलांना द्यायचा. मोठेपणी हा विठ्ठल मोठ्या हिकमतीने आणि धाडसाने मित्रांना हाताशी धरून कापूस चोरांना पकडतो आणि गावाला निर्भय करतो. ही व्यक्तिचित्रणप्रधान कथा विठ्ठल पाटील या व्यक्तीभोवतीच गुंफली आहे.

'गढी' या कथेतील बापू गुरुजी हे पात्र लेखिकेने कुशलतेने चितारले आहे. तेल आहे तर मीठ नाही अशा गरीब घरचा हा मुलगा. गावच्या पाटलांनी त्याची हुशारी बघून त्याला शिकवलं. गुरुजींनी मात्र शिक्षण पूर्ण झाल्यावर गावाला सुधारण्याचा ध्यास घेतला. बरोबरीचे मित्र अधिकारी बनले, पगारदार झाले. पण गुरुजींनी आपल्या गावाची सेवा करण्यातच रक्त आटवले. गावच्या मुलांसाठी तालीमखाना, आजाऱ्यांना उपचार मिळावेत म्हणून दवाखाना सुरू केला, पोस्ट ऑफीस आणलं. गाववाले मात्र गुरुजींची किंमत जाणूच शकले नाहीत. त्यांना विरोध करीत राहिले. जुन्या गढीच्या प्रतिमेतून ध्येयवादी गुरुजींचे ढासळत जाणारे व्यक्तिमत्त्व लेखिकेने रंगवले आहे. कितीतरी वर्षे पाऊस-वाऱ्याशी, काळाशी झुंज देत ही गढी भक्कमपणे पाय रोवून खडी असते. ''पण आताशा गढी खचत चालली आहे. गावातल्या बायाबापड्या गढीची माती सारवणासाठी घेऊन जातात.''

''वान नदीनेसुद्धा काळाच्या ओघात पात्र बदललं आहे. गारपीट झाली नसली तरी वडाची पानं आताशा गळून पडत आहेत. गढी खचते आहे.'' ध्येयवादी गुरुजीसुद्धा थकत चालले आहेत. मात्र, 'फळाची हाव न धरता काम करत जाय' ही गीतेची शिकवण त्यांच्या अंगात भिनली आहे. असे हे गुरुजींचे व्यक्तिचित्रण आहे. आपल्या शेतावर काम करणाऱ्या गरीब शेतमजुराची अडवणूक करणारा, घरादारावर जप्ती आणण्याचे भय घालून गरिबाच्या मुलींना वाड्यावर बोलावणारा पिपासू जमीनदारही 'बळी' या कथेत लेखिकेने साकारला आहे.

आज कथेची अंतर्मुखता वाढली आहे आणि कथेतून घटनाप्रधानता कमी झाल्याचे जाणवते. व्यक्तिमनातील भावनांची सूक्ष्म आंदोलने कथाकार टिपत असतात याचा प्रत्यय प्रतिमा इंगोले यांच्या कथांतून येतो. मानवी मनातील तरल भावना शब्दबद्ध करण्याचा प्रयत्नही लेखिका करीत असते असे आढळून येते.

प्रतिमा इंगोले यांच्या कथेतील व्यक्ती बहुधा एकरंगी आढळतात. त्यांच्या कथातील पात्रे, प्रातिनिधिक स्वरूपाची आहेत. सत्प्रवृत्त गरीब माणसे पिचलेली, गांजलेली दिसतात, गुरुजींसारखा ध्येयवादी माणूस उपेक्षितच राहतो, अगतिक कामगार, शेतकरी, स्त्रिया यांचे कायम शोषणच होत राहते. या चित्रणात कलात्मकता

आहे, थोडी फार विविधताही आहे, सूक्ष्म तपशील त्यात आहे पण थोडीफार सांकेतिकताही या व्यक्तिचित्रणातून डोकावते.

प्रतिमा इंगोलेंची कथा लोकवाङ्मयाने संस्कारित झाली आहे. त्यामुळे सुटसुटीत वाक्यांतून कथा साकारते. ग्रामीण जीवनाचे संस्कार त्यातून आपोआप उमटतात. वऱ्हाडातले ग्रामीण जीवन जिवंत व्यक्तिरेखेतून, ग्रामीण बोलीभाषेतून तसेच सणवारांमधूनही त्यांनी रंगवले आहे. बैलाच्या कष्टातून पिकलेले धान्य आपण वर्षभर खात असतो. त्या बैलांची अतिथी समजून पूजा करणारी स्त्री प्रतिमा इंगोले यांच्या 'दारका' कथेत आहे. वऱ्हाडातील पारंपरिक पोळ्याप्रमाणे या कथेतील माणसे पोळ्याच्या दिवशी घरच्या बैलांना जेवणाचे आमंत्रण मानाने देतात. त्यांची पूजा करतात. त्यांना सजवतात आणि प्रेमाने पुरणावरणाचे ताट त्यांना वाढतात. 'दारका' कथेतील शंकऱ्याची आई तर घरच्या 'नंदीची' दारका (मिरवणूक) काढत असते.

"पानीभरली थाळी आणायची. पोथीच्या पानाला हळद, लोणी लावून आणायचं. बैलांच्या पायावर पाणी ओतायचं, कपाळी कुंकू लावायचं. खांद्यावर हळद अन् लोणी थापायचं. बैलांना गोंजारत ही माणसं मार्मिक गीत म्हणतात तेही लेखिकेने कथेच्या ओघात दिलं आहे.

"गायीच्या सुता, धरतीच्या पुता
आळूसानं मारलं, आऱ्यानं टोचलं
पुरान्यानं मारलं, कासऱ्यानं आवरलं
राग नोका धरू हो, आज आवतन घ्या
आन् सकाय जियाले या"

बदलत्या काळात शंकऱ्या मात्र आपल्या आईची, काकूची ही भावना समजून घेऊ शकत नाही. बदलत्या काळानुसार बदलणारी पिढी लेखिकेने उभी केली आहे.

आपल्या कथाविश्वातून, छोट्या छोट्या प्रसंगातून स्त्रियांच्या भावावस्थांचे चित्रण करण्याचा प्रयत्न प्रतिमा इंगोले यांनी केला आहे. त्यांच्या कथेच्या नायिकाच त्या त्या प्रसंगाचे कथन किंवा निवेदन करताना दिसतात. स्वत:च्या अनुभवांचे हे प्रथमपुरुषी निवेदन पुष्कळ प्रत्ययकारी आणि मनाची पकड घेणारे ठरते. (उदा. लोकावानी, सर्वा)

सर्वा कथेची नायिका घरकामाने पिचलेली आहे. उजाडण्यापूर्वी उठायचं आहे या काळजीनं रात्रीसुद्धा तिला धडपणी झोप लागत नाही. पहाटेपासून स्वयंपाकाची घाई, पाणी भरणं, सडा-सारवण, दळण-कांडण असे दिवसभर कष्ट, संध्याकाळी पुन्हा तीच कामं. या घरसंसारात आपल्या आयुष्याची तर माती झाली. पण आपल्या पोरीनी खूप शिकावं, मोठ्ठं व्हावं ही तिची तळमळ सार्वत्रिक, प्रातिनिधिक पण

मनाची पकड घेणारी आहे.

'लोकावानी' मधला तिचा नवरा, तिची नणंद काट्याचा नायटा करणाऱ्यांच्या जातीतले. लोक साखरझोपेत असतानाच ती दोन जिवाची मुलगी उठते, किती तरी कष्ट उपसते. बरं नसलं तिला तरी कोणी तिला म्हणत नाही की 'बस घडीभर.' चुलीतल्या तुराट्या तिच्या मनासारख्याच जळता जळता रडतात. तिचा नवरा तर 'लोकावानी' च परका, तिला कधीच समजून न घेणारा, वेळ पडल्यास तिच्यावर हात चालवणारा. हे सगळेच चित्रण प्रतिमा इंगोलेंनी अतिशय भावपूर्ण आणि मनाचा ठाव घेणारेच केले आहे.

ग्रामीण कथालेखन आणि प्रभावी कथाकथन करणाऱ्या प्रतिमा इंगोले यांचे भाषेवरील प्रभुत्व वाखाणण्याजोगे आहे. चपखल रीतीने वऱ्हाडी शब्द, म्हणी, वाक्प्रचार यांचा उपयोग त्या करत असतात. त्यांच्या कथांमधून स्त्रियांची मने अगदी पारदर्शक स्वरूपात सहजपणे त्या व्यक्त करत असतात.

स्वभावाचे पैलू लडिवाळ गोड अशा वऱ्हाडी बोलीतून त्या व्यक्त करतात. विशेषत: वऱ्हाडी भाषेतील वाक्प्रचार आणि म्हणींचा अर्थपूर्ण आणि चपखल वापर त्यांनी या संग्रहातील कथांमधून सहजपणे केला आहे.

'अकसिदीचे दाने' संग्रहातील काही म्हणी आणि वाक्प्रचार

१) कुंभार आन् कुंभारीन हाये तं मळके घळोयाले काय देर? (अकसिदीचे दाने)

२) ज्याचा खायीन ठोंबरा, त्याचा राखीनं उंबरा! (दारका)

३) धटाकटा आन् तेलाचा वटा. (पांग फिटला)

४) आखोजीची घळली आन् सदा अथी पळली. (सर्वा)

५) आढं वाकलं की वासे तहाच वाकतात. (सर्वा)

६) छत्तर गेलं की बाईची जात फत्तर होते. (सर्वा)

७) पाणी पहावं मग पोहावं. (गढी)

८) पाखरानं पयले पख पसरावं आन् मग उळावं. (गढी)

९) हळ्याच्या सरापानं मानसं मरत नसतात. (गढी)

१०) गायीचे शिंग गायीले भारी नसतात. (लोकावानी)

११) आयत्यावर वयतं आन् मादेवाले पिवतं.

१२) काट्याचा नायटा करनं. (लोकावानी)

साहित्यकृतीचा आविष्कार भाषेतून होत असतो. त्यामुळे साहित्यकृतीचा अभ्यास करत असताना भाषेचा अभ्यास आवश्यक असतो "विशिष्ट काळ, त्या काळातील आणि त्या त्या विशिष्ट प्रदेशातील सामाजिक वर्ग, त्या लोकांचे व्यवसाय, त्या प्रदेशाचे

राजकीय गट, भौगोलिक परिस्थिती यातून विभागल्या गेलेल्या समाजात भाषेची अनेकविध प्रादेशिक रूपे येतात. भाषा हा एकप्रकारे सामूहिक आविष्कार असल्याने त्या समूहाचा परिसर, तेथील विशिष्ट उपसंस्कृती, त्या माणसांची मानसिक ठेवण, वागण्याची तऱ्हा, बोलताना व्यक्त होणारे म्हणी-वाक्प्रचारांचे शब्दवैभव भाषेच्या अभ्यासात येते.

ग्रामीण लेखक विशिष्ट परिसरातील ग्रामीण जीवनाचे चित्रण करतात, तेव्हा तेथील बोलीभाषेचा वापर हा त्या लेखनाचा एक अपरिहार्य भाग बनतो. इ. स. १९४५ पूर्वीच्या ग्रामीण कथेचा जर विचार केला, तर त्या काळातील बहुतेक लेखकांचा कल स्वप्नरंजनाकडे आणि कल्पनारम्यतेकडे होता. ते लेखक आपल्या कथा-कादंबऱ्यामधील निवेदन आणि बहुतेकदा संवादलेखनही नागरी भाषेत करीत असत असे आढळते. उदाहरणार्थ - वि. स. सुखठणकर, लक्ष्मणराव सरदेसाई यांनी आपल्या ग्रामीण कथालेखनात पूर्णत: नागरी भाषा उपयोजिली आहे.

त्यानंतरच्या काळात ग्रामीण कथेतील संवाद हळूहळू ग्रामीण भाषेत लिहिले जाऊ लागले. र. वा. दिघे, ग. ल. ठोकळ यांनी क्वचित प्रसंगी ग्रामीण शब्द निवेदनातही आणून वातावरणनिर्मिती साधली. बी. रघुनाथांच्या कथांमधून मराठवाड्यातील मुसलमानी राजवटीच्या खुणा त्यांच्या उर्दूमिश्रित भाषेतून प्रकटल्या आहेत.

व्यंकटेश माडगूळकरांनी आपल्या कथेतून माणदेशी ग्रामीण भाषेशी संवादी अशा स्वरूपाची भाषा उपयोजिली. माणदेशी बोलीचा केवळ यांत्रिकपणे उपयोग न करता त्या कथेशी एकरूप होणारी, एकजीव होणारी भाषा त्यांनी आवश्यक त्या त्या जागी योजिली. प्रदेशाचे, परिसराचे, व्यक्तींचे आणि प्रसंगांचे नेटके वर्णन माडगूळकर करतात. व्यक्तीच्या कृतीचा बोलका तपशील पुरवतात. ग्रामीण वाक्प्रचार आणि म्हणींचा कल्पकपणे वापर करून एक प्रकारच्या नाट्यात्मकतेतून ते कथा साकारतात. हे सगळे त्यांच्या शैलीचे विशेष होते.

शंकर पाटील यांनी बोलीभाषाच लेखनासाठी योजिली. यापूर्वीचे ग. ल. ठोकळ, र. वा. दिघे यांच्या कथांमधील फक्त संवाद ग्रामीण भाषेतून देत किंवा लिहित. माडगूळकरांनी कथानिवेदनात ग्रामीण आशयानुवर्ती भाषा वापरली, तर शंकर पाटलांनी अत्यंत विचारपूर्वक ग्रामीण आणि नागरी भाषेची सरमिसळ केली. त्यानंतर किंवा याच्या आसपास लेखन करणाऱ्या उद्धव शेळक्यांनी 'शिळान' या कथासंग्रहात पुन्हा निवेदनासाठी नागरी भाषेचा आधार घेतला. मात्र, संवादातील परिणामकारकता साधण्यासाठी कथांमधील संवाद वऱ्हाडी बोलीतून लिहिले. आपला वाचकवर्ग पांढरपेशा मध्यमवर्गीयच असणार, त्यामुळे त्यांना समजणारी भाषा वापरली पाहिजे या जाणिवेतून हे घडले असावे.

सुप्रसिद्ध लेखक रा. रं बोराड्यांनीही आपल्या कथांमधील निवेदन नागरी

भाषेत लिहिले आणि संवाद ग्रामीण बोलीतून रंगवले. आनंद यादवांनी मात्र संपूर्ण कथाच ग्रामीण बोलीतून लिहायची वहिवाट सुरू केली. "ग्रामीण कथेसाठी ग्रामीण भाषा यशस्वीपणे वापरली तर सकृत्‌दर्शनीच कथा ग्रामीणता धारण करते. "(आनंद यादव : खळाळ : एक मुलाखत पृ. ११७) असे स्पष्ट मत आनंद यादव यांनी दिले आहे. आनंद यादवांनी ग्रामीण कथा आपल्या शैलीतून अधिकच परिणामकारक आणि वास्तवदर्शी केली असे प्रत्ययास येते.

सर्व कथानक बोलीभाषेत असावे किंवा नाही, याविषयी मतभेदही आढळतात. रवींद्र पिंगे या मुद्द्यावर आपले मत नोंदवताना म्हणतात, "बोलीभाषेची निश्चितच गोडी असते. पण सर्व कथानकच बोलीभाषेतच कशासाठी? माडगूळकर, पेंडसे, गो. नि. वगैरे लेखक कथेचे निवेदन मराठी भाषेत करतात आणि पात्रांची संभाषणे प्रादेशिक बोलीत लिहितात. त्यामुळे रसनिष्पतीत अडचण येत नाही (बोलीभाषेचा आग्रह, दान्याचे मोल पृ. ५२)

"निवेदन, निरुपण व संवाद हे सारेच वऱ्हाडी भाषेतून लिहिण्याचा अट्टाहास अनाठायी आहे. त्याने एकांगी आणि भडक चित्रण होते." असे भा. ल. भोळे यांचेही मत 'दान्याचे मोल' मध्ये नोंदवलेले आढळते.

ग्रामीण साहित्याचे केंद्र ग्रामव्यवस्थेत आहे आणि ग्रामव्यवस्थेच्या केंद्रस्थानी असतो शेतकरी. त्यामुळे ग्रामीण साहित्य हे एका अर्थी शेतकरी साहित्य आहे असे काही समीक्षकांचे मत आहे. ग्रामीण भाषा, जीवनशैली, शेतकऱ्यांचा जीवन संघर्ष यांचाच आविष्कार प्रतिमा इंगोलेंच्या कथेत महत्त्वाचा ठरतो.

ग्रामीण भागातले लहान शेतकरी किंवा जमिनीच्या तुकड्यात काम करणारे शेतमजूर जगण्यासाठी आटापिटा करताना दिसतात.

अशा प्रकारे 'अकसिदीचे दाने' हा एक जननिष्ठ असा ग्रामीण कथांचा संग्रह आहे. माणसे समजून घेण्याची लेखिकेची आस्था या संग्रहात वेळोवेळी जाणवते.

ग्रामीण कथालेखनाच्या दालनात अनुराधा गुरव, प्रतिमा इंगोले अशी मोजकीच नावे आढळतात. त्यात प्रतिमा इंगोलेंची कथा अस्सल ग्रामीण अनुभवांची जिवंत अनुभूती देणारी कथा आहे. शब्दांचा फापटपसारा न मांडता व्यक्तींचे मन अचूकपणे रंगवण्याचे लेखिकेचे कौशल्य या कथातून जाणवते.

माणसाच्या नैसर्गिक स्वभावाचे दर्शन छोट्या छोट्या प्रसंगातून घडवताना व्यक्तिचित्रणाचे साचे त्यांनी बनवले नाहीत. विशेषतः 'सोन्याचा गोफ', 'चाकोली', 'लोकावानी', 'सर्वा', 'बळी' या कथांमधून ग्रामीण भागात विशेषत्वाने उपेक्षित राहिलेल्या स्त्रीजीवनाला त्यांनी सहजपणे प्रकाशझोतात आणले आहे.

शहरातील स्त्रीप्रमाणे ग्रामीण भागातील स्त्रीला स्वतःच्या अधिकारांची आणि

हक्काची, स्वत:वरील अन्यायाची हवी तेवढी जाणीव झालेली नाही. परंपरागत काबाडकष्टाचे जिणेच त्या निमूटपणे पत्करतात. सासरची माणसे, नवरा, नातेवाईक यांनी केलेला अन्याय, अत्याचार आणि छळ सहन करणे एवढेच त्यांच्या हाती आहे. जवळच्या माणसांकडून लुबाडल्या जाणाऱ्या, फसवल्या जाणाऱ्या या असाहाय्य स्त्रिया केवळ अश्रू ढाळत राहतात.

शब्दचित्रात्मक, प्रसंगदर्शनात्मक आणि व्यक्तिचित्रणात्मक अशी प्रतिमा इंगोले यांची कथा आहे. स्त्रीत्वाचा गंध आणि प्रसन्न शैली हेच त्यांच्या कथेचे बळ आहे.

■

-: ४ :-

'सुगरनचा खोपा'

'सुगरनचा खोपा' हा प्रतिमा इंगोले यांचा तिसरा कथासंग्रह. किस्सेवजा कथांच्या विषयातून जाता जाता समाजातील हरवलेल्या नीतिमत्तेचे मूलगामी स्वरूप शोधण्याचा प्रयत्न या संग्रहातून झालेला दिसतो. आदर्शाचे, माणुसकीचे सारे संदर्भ पुसले जात आहेत. स्वतःचा सूड उगवण्यासाठी असाहाय्य लोकांना बळी पाडून आपली पोळी भाजून घेण्याकडे वृत्ती वाढलेली आहे. समाजव्यवस्थेचे दुसरे चाक असणाऱ्या स्त्रियाही यात भरडल्या जात आहेत. यातील पंचफुला आणि गंगाबाई ही पुरेशी बोलकी उदाहरणे आहेत.

'सुगरनचा खोपा' या कथासंग्रहात एकूण नऊ कथा आहेत. सातत्याने ग्रामीण कथा लिहून प्रतिमा इंगोले यांनी ग्रामीण साहित्यात एक वैशिष्ट्यपूर्ण स्थान निर्माण केले आहे. वैदर्भीय वातावरणाची समरसता आणि भाषेचा गोडवा यामुळे वऱ्हाडी बोलीतील एक गावरान आविष्कार त्यांची कथा वाचकांपुढे करते. स्वतः लेखिका पुस्तकाच्या मनोगतात सांगते, 'सुगरनचा खोपा' हे जीवनाचे प्रतीक ठरते. जगण्याचा प्रश्न तरी कुठे फार सोपा असतो. काटेरी बाभळीलाच सुगरणीचा खोपा असतो. 'काटेरी बाभळी म्हणजे संघर्ष आणि या संघर्षाला आव्हान देत झुलणारे जीवन म्हणजे सुगरणीचा खोपा!' लेखिकेने घेतलेल्या या भूमिकेमुळे आणि प्रतीकामुळे या संग्रहाला एक वेगळेच वैशिष्ट्य प्राप्त झाले आहे. ग्रामीण जीवनातील निसर्गशैली आणि माणसाच्या वृत्ती-प्रवृत्ती यांचा मेळ घालण्याचा एक सुघड प्रयत्न प्रतिमा इंगोले करतात.

डॉ. वीणा देव यांनी 'महाराष्ट्र टाईम्स'मधे या संग्रहाची दखल घेताना म्हटले की, 'त्यांच्या कथाविश्वात त्या परिसरातील माणसे अधिक भेटतात. आणि त्यांची भाषाही गोड वऱ्हाडी बोलीचा गावरान बाज घेऊन येते. त्यांची कथाबोली भाषेशी जवळीक साधणारी आणि आपल्याकडील कहाणी वाङ्मयाशी शैलीचं साम्य दाखवणारी

आहे.' साधे, सोपे लिहिणे म्हणजे कच्चे नव्हे. अनुभवाच्या अंगानेही सूक्ष्मपणे त्या बरेचदा कथेकडे बघतात. तरीही कथाकथनकारी शैली त्यांच्या कथेतून या संग्रहातूनही प्रत्ययास येते. अधिक सूक्ष्म, अधिक खोलात जाऊन ग्रामीण भाषेच्या, अनुभवाच्या अंगाने त्यांचा विचार करावा असे याही संग्रहात वाटते. तरीही या कथांमधून प्रकटणारे अनुभवविश्वही अस्सल ग्रामीण आहे. ग्रामीण जीवनाची, त्यातील समस्यांची स्वानुभवातून आलेली ही कथारूपे आहेत. उदा. 'आता वांगे कितीकई साजरे दिसले आन कितीकई टोपलंभर पिकले, तरी पुसात त्याले डंक लागतेच!' (पृ.१८) किंवा 'टरबुजाच्या पावसाळ्यातील वेलाला लागलेले फळ एकवीस किंवा बावीस दिवसांनी तोडले म्हणजे पिकते.' (पृ.२१) जमीन लाव लागवाडीने घेणे, बटाईने घेणे (पृ.१९) इ. 'बिऱ्हाड, भोवांडा, भिंगरी, धुईधानी' कथांमध्ये आलेले भिन्न संदर्भ लेखिकेला ग्रामीण जीवनाची आतून-बाहेरून माहितीच नव्हे, तर अनुभवही असल्याचा प्रत्यय देतात. म्हणून त्यांच्या कथा प्रत्ययकारी व वास्तव वाटतात.

या संग्रहात एकूण नऊ ग्रामीण कथा आहेत. 'बिऱ्हाड' ही या संग्रहातली सुरुवातीची कथा एका स्त्रीच्या जीवनाची परवड व्यक्त करते. शेतमजुराच्या कुटुंबाचं जीवघेणं दुखणंही समोर ठेवते. शेतात रान नाही अन् गावात घर नाही. अशा अवस्थेत आभाळाचं छप्पर व जमिनीला निवारा मानणाऱ्या 'पंचफुला'च्या व तिच्या शेतमजुरी करून जगणाऱ्या कुटुंबाची शोकान्तिका ही कथा अधोरेखित करते. स्वत:चं हक्काचं मातीचं घर असूनही एकुलता एक पोरगा दारू व बायकोच्या नादाला लागून स्वत:च्या बापाच्याच जिवावर उठतो म्हणून ती घर सोडते. उघड्यावर दगडाची चूल मांडून उभा केलेला संसार, पंचफुला तोही नीटनेटका मांडते व हे बिऱ्हाड सदैव पाठीवरचेच! त्यात सुखवस्तू डॉक्टरांच्या कंपाऊंडमधील मोडलेले तिचे बिऱ्हाड कडक उन्हाळ्यात उंबराच्या सावलीत बांधते. तशातच तिच्यावर आलेला चोरीचा आळ. गरीब असली तरी पंचफुला इमानदार असते. मनाची श्रीमंत असते.

वर्षभरासाठी का होईना उघड्या शेतात घर बांधायला मिळते. त्यासाठी किती कष्ट करू अन् किती नाही असे तिला होऊन जाते. डोक्यावर छप्पर व पोटाला अन्न ह्या आवश्यक गरजांसाठी माणसाला करावी लागणारी धडपड, कठीण परिस्थितीतही आशा, आकांक्षा व टवटवीतपणा ठेवणारी पंचफुला वाचकांच्या भावनेस हात घालते. जीवनाशी झुंज घेण्याचे तिचे बळ मनाला उभारी देते. ही कथा वाचकाला अंतर्मुख करून टाकते. स्वातंत्र्य मिळून आज इतकी वर्षे उलटली तरी हाडाची काडे करणाऱ्या श्रमजीवी वर्गाच्या अन्न, वस्त्र, निवारा या प्राथमिक गरजाही पूर्ण होत नाहीत. सदैव दारिद्र्यच त्यांच्या पाठीशी आहे. त्या परिस्थितीतही नेकीने

जगण्याचा ग्रामीण लोक प्रयत्न करतात. ही नैतिकताच त्यांच्या आयुष्याचे अंतिम ध्येय आहे. सासुरवाशीण लेकीकडे बघण्याचा वऱ्हाडी स्वभावविशेष लेखिकेने नेमकेपणाने यात प्रतिबिंबित केला आहे.

मी म्हणजे सर्वस्व नव्हे, हे संपूर्ण खेडे आपले घर आहे, ती ग्रामीण संस्कृती आहे. आपल्या फ्लॅटची कवाडे नेहमी बंद ठेवणाऱ्या शहरी संस्कृतीला हा विचार अपरिचित आहे. ती संस्कृती लेखिकेने आपल्या अनेक कथांमधून चित्रित केली आहे. 'पेरणारे हात' ही कथाही शेतावर राबणाऱ्या गुणवंतरावांचे दुखणे चित्रित करते. पंचफुलाप्रमाणेच गुणवंतरावालाही हक्काची शेतजमीन नाही. जातीचा भोई असणाऱ्या गुणवंताला शहरातील लोकांच्या नळाला पाणी पाहिजे म्हणून सरकार नदीकाठी वाडी लावू देत नाही. हातावर पोट असणारा गुणवंता मग नाईलाजाने दुसऱ्यांच्या शेतावर मजुरी करण्यापेक्षा त्यांची शेतं बटाईने घेतो, तर कधी लावलागवडीने घेतो. दोन वर्षे पीक चांगलेही येते. तिसऱ्या वर्षी ते शेत तो सावकार गावच्या सावकाराला विकतो. गुणवंताला न कळवताच हा सौदा ठरतो. त्याला कळल्यानंतरही तो निमूटच बसतो. कारण हे वर्ष निघालं की झालं; पण ज्वारी खुडणाच्या दिवशी खरेदीखत व ५-६ माणसे घेऊन नवा मालक हजर होतो. गुणवंता एकटा पडतो. तरीही विरोध करतो.

शेवटी कणसासारखे त्यालाच बदडून काढले जाते. पेरणाऱ्या हातातला घास, त्याचा कोणताही गुन्हा नसताना काढून घेतला जातो. राबणारे हात आणि मन अगतिक होते. शेवटी तो बैलजोडी विकत घेतो. पावसाळ्यात पेरणीचा हंगाम करावा व उन्हाळ्यात वाडीचा धंदा... पण पाऊस खो देतो. उन्हाळ्यात वाडी लावण्यासाठी परवानगीही भेटणार नसते. शेती असताना गुणवंता हात तंग आला म्हणून कांदे विकतो. अन् कांद्याचे भाव गगनाला भिडतात. बेभान झाल्याने वांगे उपटून टाकतो अन् वांग्याचा भाव चढतो. पोरींची बाळंतपणंही करावी लागतात. 'इकून दनका भेटते म्हणून तिकडे जावावं तं तिकडे दनकाच भेटते. (पृ.९८) अशा संकटाशी झोंबी खेळणाऱ्या पेरणाऱ्या हातांची समाजातील शोषक प्रवृत्ती करीत असलेल्या हेळसांडीची व शोषणाची चित्रे प्रस्तुत कथेतून प्रत्ययकारी उतरली आहेत. या कथेतील शेतकरी, वैतागलेला गुणवंतराव, माणुसकी नसलेल्या कोर्टात न्याय मागतो. परंतु त्याला न्याय मिळत नाही. अशाही परिस्थितीत भावनेलाही पैशात मोजणाऱ्या शहरी सुसंस्कृत माणसापेक्षा तो मनाने श्रेष्ठ आहे हे आबाजीच्या रूपाने दाखवून सामाजिक परिस्थितीचे एक जीवनाचे प्रतिनिधित्व करणारे चित्रण केले आहे. एकूणच शेतकऱ्यांचे भयावह जीवन लेखिका नेमकेपणाने व्यक्त करते.

या संग्रहातली एक महत्त्वाची व मराठीतली एक उत्कृष्ट कथा म्हणता येईल

अशी 'सुगरनचा खोपा' ही कथा आहे. शेतीवरचा तरुण नोकर गौतम ह्याचा उतावळा स्वभाव व स्वप्नरंजन ह्याचे विलोभनीय दर्शन या कथेत होते. तारुण्याच्या उंबरठ्यावर पोहचलेल्या या शेतगड्याचे लग्न करावे असा निश्चय त्याचे वडील उंदराजी करतात आणि अजाबराव पाटलाला (मालकाला) ही बातमी मुलाच्याच तोंडून कळते. त्यावेळी आपल्या घरीच म्हणजे दर्यापूरला वकीलसाहेबांच्या घरीच पोरगी आहे... 'धुणं धुते भांडे घासते, अडलेचिडले काम करते ... आमच्या जातीत मिसळते' अशी बातमी ते देताच ती दर्यापूरची मैना उडून येते अन् गौतमच्या डोक्यात घर करून बसते. लगोलग खोपाही विणते. पण भीतीने व्याकूळ झालेले त्याचे मन पुन्हा दुसरा टोकाचा विचारही करते... अजाबरावांना 'बुढ्याला' सांगायची आठवणच राहिली नाही. किंवा तिथे गेल्यावर तिचे लग्न जुळलेले असले तर? असे नानाविध प्रश्न त्याच्या मनाला घेरतात.

वावरात येऊनही तो कामाला हात लावत नाही. डोक्यात मैना, तिचा खोपा अन् तिची चिवचिव काही सुचू देत नाही. शेवटी लगेच भाड्याची सायकल व मित्रांचे कपडे घेऊन सात कोस लांब असणाऱ्या दर्यापूरला तो निघतो. तेथे गेल्यावर मावशीच्या घरी जाण्याचा बहाणा करण्याचे वगैरे बेत तो ठरवितो. पण वकीलसाहेबांचे घरच त्याला लवकर सापडत नाही. नंतर सापडते पण वकीलसाहेब घरी नसतात व त्यांची पत्नी व अप्पासाहेबांची 'बाली' ही त्याला नव्या अवतारात ओळखत नाही. खुणावणाऱ्या व मनात घर करून असणाऱ्या मैनेचा सुगरनचा खोपा त्याला बैचेन करतो... तो लाचार, लोचट होऊनही वकिलीणबाई आणि बालीला ओळख पटविण्यास असमर्थ ठरतो व शेवटी धीर गोळा करून शेजारच्या भाऊसाहेबांकडे जातो. त्यांना सगळी माहिती सांगतो व यशस्वी होतो.

त्याच्याविषयी सहानुभूती वाटल्याने भाऊसाहेब वकिलीणबाईंना बोलावून वस्तुस्थिती कथन करतात. गौतमला ओळखून मग वकिलीणबाई मुलगी दाखविताच तो तीरासारखा परततो. दुसऱ्याच दिवशी उंदराजी पुन्हा त्याचाच बहाणा करून अजाबराव पाटलांना तुम्ही सांगितलेली मुलगी गौतमला पसंत असल्याचे सांगतात आणि गौतमच्या मनात सुगरनचा खोपा मजेत झुलतो, हिंदकळत राहतो. ग्रामीण समाजाच्या अधस्तरातील सर्वसामान्य माणसाच्या तरुणाईतील भावभावना व माफक अपेक्षा काव्यात्मपणे रेखांकित करणारी 'सुगरनचा खोपा' ही ग्रामीण कथेतील उत्कृष्ट कथा गणली जावी. गौतमची उताविळी लेखिकेने अतिशय प्रत्ययकारी शब्दांत चित्रित केली आहे.

'धुईधानी' ही कथा कापूस एकाधिकार योजनेची अंतर्गत वीण उलगडून दाखविणारी. लहानपणी कापूस पाहिला की हरवून जाणारा साहेबराव कापूस पिकविण्याची

ईर्षा धरतो; पण अखेर एक कारकून म्हणून एकाधिकार योजनेत रुजू होतो. कोणत्या ना कोणत्या रूपात आपला कापसाशी संबंध येतो म्हणून समाधान मानणारा साहेबराव हळूहळू आक्रसत जातो. तो या योजनेत घुसलेले राजकारण व भ्रष्टाचार पाहून. ते सहन करण्याचा मुर्दाडपणा त्याच्याजवळ नसल्यानं केवळ निराश होण्यावाचून त्याला गत्यंतरच नसते. मातीपासून सुरू झालेली ही कथा अखेर मातीतच संपते.

'भिंगरी' ही तशी गंगाबाई या ग्रामीण वृद्ध स्त्रीची व्यथा रेखाटणारी कथा असली तरी गावातील भाऊबंदकी व शोषक विरुद्ध शोषितांचा उग्र असा संघर्षही तिच्यातून प्रकटतो. ग्रामीण कष्टकरी वृद्ध स्त्रीची घरच्या व दारच्यांकडून होणारी कोंडी या कथेत सशक्तपणे रेखाटली आहे. मुलांनी कितीही झिडकारले तरी ती व तिचा मुलात अडकलेला 'आई' चा जीव भिंगरी होऊन तळमळत राहतो. दोन्ही पातळ्यांवर होणारी तिची कोंडी कोणाचेही मन विषण्ण करणारी आहे.

'भोवांडा' ही कथा दोन मित्रांची! पार्श्वभूमी अर्थातच खेड्यातलीच. घरची गरिबी. खायलाही पोटभर नाही. एकदा अनावर भुकेमुळे बेभान झालेल्या अवस्थेत पेरू चोरल्याबद्दल मार बसेल, या भीतीने दोघे मुंबईला पळून जायचं ठरवतात. ठरल्याप्रमाणे दोघेही निघून गाडीत चढायला लागतात. एक चढतो मात्र दुसरा खालीच राहतो. मुंबईला गेलेल्याचे धिंडवडे निघतात. खुनाचा खोटा आळ येतो आणि तोंड लपवून तो परत गावाकडे येतो. मित्राला भेटतो. त्याची हकिकत ऐकून मित्र अस्वस्थ होतो. त्याला कसंही करून वाचवायचं हे ठरवतो. पोटाच्या भुकेपायी होणारी दारुण अवस्था, ग्रामीण समाजाचे अद्यापही पोटाचे प्रश्न कसे सुटले नाहीत, ते सुटल्याशिवाय शिकणं व इतर विकासाच्या गोष्टीला तसा अर्थ नाही, हे भेदक वास्तव ही कथा मांडते.

'मावळती' ही कथा ग्रामीण भागात सत्तेच्या भोवती फिरणाऱ्या राजकारणाचे चित्रण करते. तत्त्वनिष्ठ असणाऱ्या बाबासाहेबांचा मुलगा त्यांच्यानंतर त्यांचा राजकारणाचा वसा घेऊन जि. प. सदस्य होतो आणि त्याच्या जंगी सत्काराला हजर राहावे, मुलाचे कौतुक डोळाभर पाहावे व ज्या गावासाठी आपण खस्ता खाल्ल्या त्या गावाला भेटावे, या उद्देशाने बाबासाहेब मुलासोबत गावी येतात. मात्र, आता काळ बदललेला असतो. आजकाल चलतीचेच ढोल वाजविले जातात. त्यामुळे बाबासाहेबांना समारंभ, मिरवणूक इ. सर्वच ठिकाणी उपेक्षेची वागणूक मिळते. उगवतीवर भाळणारे मावळतीकडे दुर्लक्ष करतात. त्यामुळे या माणुसकीहीन सत्तालोलुप प्रवृत्तीचा तिटकारा येऊन बाबासाहेब सगळ्यांच्याकडे पाठ करून एकटेच मावळतीकडे चालू लागतात.... ग्रामीण भागातही वाढणारी सत्तालोलुप प्रवृत्ती व माणुसकीला लागलेली उतरती

कळा सुन्न करून जाते. 'इनवासे' ही कथाही समाजातील हेवेदावे व अपप्रवृत्तींवर प्रकाश टाकते. खेड्यापाड्यात पूर्वी सलोखा व स्नेह सगळीकडे दिसायचा. आता काळ बदलला. ही माणसे एकमेकांना मदत करणारी आता एकमेकांच्या वाईटावर टपलेली दिसतात. ग्रामीण समाजातील विवाहसंस्था अद्यापही चांगल्या माणसांमुळे टिकून आहेत. याचे एक चित्रण या कथेत दिसते.

कथेतील व्यक्तिचित्रणे -

एकूणच ग्रामीण समाजाला, समकालीन ग्रामीण वास्तवाला कवेत घेणाऱ्या या कथा आहेत. या सर्व कथांमागे लेखिकेची एक विशिष्ट वैचारिक भूमिका आहे. ग्रामीण घटना, प्रसंगाला कथारूप देणाऱ्या या कथा नव्हेत, तर ग्रामीण समाजातील समकालीन वास्तवाकडे चिंतनशील भूमिकेतून बघणाऱ्या या कथा आहेत. एका शहरी अभिजात संस्कृतीने ग्रामीण समाजाला, संस्कृतीला हीन लेखले. त्यांच्या व्यथा, वेदना समजून घेतल्या नाहीत. अपवादानेच सहानुभूतिपूर्वक विचार केला गेला. "स्वातंत्र्योत्तर कालखंडात, विशेषत: १९७० नंतर, म्हणजे ग्रामीण साहित्य चळवळीच्या उदयानंतर जी पिढी ग्रामीण भागातून लिहिती झाली, ती या जीवनाचा आतून अनुभव असलेली व खेड्यातच राहणारी, निदान खेड्यांशी घनिष्ठ संबंध असणारी होती. त्यामुळे ग्रामीण समाजाच्या 'आजच्या' प्रश्नांचे चिंतनशील भान या पिढीला होते." हे प्रा. गणेश देशमुख यांचे उद्‌गार 'सुगरनचा खोपा' यातील कथांसाठी खरे ठरावे.

त्याचमुळे 'बिऱ्हाड'सारखी कथा, माणसाचं दु:ख शब्दांकित करते, तर पेरणाऱ्या हातातला घास काढून घेतला जातो. शोषणाची वृत्ती बघून लेखिका अंतर्मुख होते. भोवंडामध्येही हेच आहे. अशी भुकेपायी, लोभ व लालसेपायी खेड्यांतून शहराकडे वळणारी नंतर भरकटत जाऊन भिरभिरणारी जीवने तिला अस्वस्थ करतात. त्यामुळेच त्याच्या मुळाशी जाऊन त्या प्रश्नांची समस्या व कारणांची चिकित्साही ती करते व सरकारनं उदार होऊन शिक्षण मोफत केलं असलं तरी भागणार नव्हतं. कारण शिक्षणापेक्षाही त्यांना दुसरंच काहीतरी नितान्त आवश्यक होतं. आदिम मनुष्याच्या प्राथमिक गरजा पूर्ण करण्यासाठी त्यालाही संघर्ष करावा लागला होता आणि आता त्यांनाही संघर्ष करावा लागतो. (पृ. ५८) हा ग्रामीण समाजातील मूलभूत असणारा भुकेचा प्रश्न डोळसपणे बघण्याची क्षमता प्रतिमा इंगोले यांच्या कथेत आहे. प्रश्नांच्या मुळाशी जाऊन चित्रण करणे हे त्यांच्या कथेचे व्यवच्छेदक वैचारिक लक्षण आहे.

'सुगरनचा खोपा' मधील कथांचे मुख्य केंद्र ग्रामीण समाजातील अध:स्तर आहे. सर्वसामान्य माणूस हाच त्यांच्या कथेचा नायक आहे. बिऱ्हाडमधील पंचफुला, पेरणारे हातमधील गुणवंतराव, भिंगरी कथेत आपल्याच माणसाकडून पिळली जाणारी 'भिंगरी' झालेली गंगाबाई, 'सुगरनचा खोपा' मधील गौतम, 'भोवांडा'मधील शाळिग्राम ही सगळीच माणसे हातावर पोट असणारी, कष्टकरी माणसे आहेत. त्यामुळेच त्यांची कथा कष्टकरी माणसाची कथा म्हणता येते.

'लंगडा' आणि 'सुगरनचा खोपा' या दोन कथा वेगळ्या आणि वैशिष्ट्यपूर्ण आहेत. 'लंगडा'मध्ये प्राण्याकडे उपयुक्ततावादी दृष्टीने बघणारा स्वार्थी मानवी दृष्टिकोन व क्रूरपणे शिंगरावर करण्यात आलेले मानवी अत्याचार व दुर्लक्ष सुन्न करून जाणारे आहे. एकूणच मानवी जीवनाला कवेत घेणारी ही कथा आणखी वेगळाही आयाम व्यक्त करते. ग्रामीण वृद्ध माणसांच्या दुखण्याला या कथा प्रभावीपणे वाचा फोडतात. स्वातंत्र्योत्तर कालखंडात झालेल्या परिवर्तनामुळे भारतीय समाजात नवी मूल्ये आली. व्यक्तिस्वातंत्र्यासारख्या मूल्यांमुळे काही गोष्टी चांगल्या घडल्या तसे उपभोगवादी मूल्ये वाढली व परंपरागत कृतज्ञतेची व माणुसकीची भावना लोप पावली. बिऱ्हाड, भिंगरी, मावळती यातील उपेक्षित व्यक्ती व वृद्ध माणसांच्या दु:खकथा मनाला स्पर्शून जातात.

कथातील अनुभवविश्व -

या कथांमधून प्रकटणारे अनुभवविश्वही अस्सल ग्रामीण आहे. ग्रामीण जीवनाची, त्यातील समस्यांची स्वानुभवातून आलेली ही कथारूपे आहेत. समाजातील अनेक प्रश्न, ढासळत असलेली मूल्यव्यवस्था, अन्याय, माणसाची हतबलता याकडे लेखिका जागरूकतेने बघते. परिणामत: प्रेमभावुकतेमधून या कथा बाहेर पडल्या आहेत. अशी ही कथारूपे जागृत प्रत्यय देतात. उदा. 'आता वांगे कितीकई साजरे दिसले आन कितीकई टोपलंभर पिकले, तरी पुखात त्याले डंक लागतेच. (पृ. १८) किंवा टरबुजाच्या पावसाळ्यातील वेलाला लागलेले फळ एकवीस किंवा बावीस दिवसांनी तोडले म्हणजे पिकते. (पृ. २१) जमीन लावलागवडीने घेणे, बटाईने घेणे (पृ. १९) इत्यादी. बिऱ्हाड, भोवांडा, भिंगरी, धुईधानी या कथांमध्ये आलेले विभिन्न संदर्भ लेखिकेला ग्रामीण जीवनाची परिपूर्ती देऊन जाव्यात.

रचना आणि भाषावैशिष्ट्य -

रचना आणि भाषावैशिष्ट्यांनी ही कथा समृद्ध आहे. कधी अनुलोम (फ्लॅशबॅक) पद्धतीचा, कधी प्रथम पुरुषी वा तृतीयपुरुषी निवेदन पद्धतीचा अनुभवाच्या अंगाने वापर करत ही कथा पुढे येते. त्यामुळे ती कृत्रिम वाटत नाही. भाषिकदृष्ट्या वऱ्हाडी बोलीतून अभिव्यक्त होणारी कथा वऱ्हाडी बोलीच्या अंगभूत वैशिष्ट्यांमुळे व तिच्या या कथांतील वापरामुळे लक्षवेधक वाटते. आधीच्या संग्रहात मात्र निवेदनासाठी वऱ्हाडी बोलीचाच वापर केला होता. या संग्रहात मात्र प्रमाणभाषेचा वापर केलेला दिसतो तरी या निवेदनाला बोलीभाषेची डूब आहेच. 'सुगरनचा खोपा' ही कथा याचे उत्तम उदाहरण आहे.

अस्सल वऱ्हाडी बोलीतील म्हणी व वाक्प्रचार यांचा सुयोग्य वापर कथेतील वर्ण्यविषयांना अधिक परिणामकारक व प्रत्ययकारी करून जातो. प्रत्येक कथेत अशा म्हणींचा व वाक्प्रचारांचा उपयोग आणि खास वऱ्हाडी शब्द कथेला सुयोग्य परिणाम देतात.

उदा.:
'खेळ्याची वस्ती आन दाय खाय निस्ती!' (पृ. १९)
'सगळं ठेवावं पोटी आन् गोळ बोलावं ओठी' (पृ. ३९)
'अळजीभ खाये अन पळजीब वाट पाहे' (पृ. ४५)
'आकाबाई मांग अन दीड पैसा संग' (पृ. ३२)
'अळात गूळ आन झाळाले कानोले' (पृ. ६०)
'होये ना जीवा करे लोकाचा हेवा' (पृ. ७९)
'हेला गाभन तेरावा महिना' (पृ. ३८)
'आता डोंगर जयते जन पायते मन जयते कोन पायते' (पृ. ४५)
'गरीब देवा लाथा मार खनतळ देवा नमस्कार' (पृ. ४६)
'घरी नाही तास त्याच्या जिनगानीचा नास' (पृ. ५२)
'अकातली गाय काटे खाय' (पृ. ५६)

अशा कितीतरी म्हणी 'सुगरनचा खोपा' मध्ये पानोपानी विखुरल्या आहेत. 'हाळाचे काळं करणे' (पृ. ६०), 'चेडे लागणे (३८) 'भोंड येणे (५५) 'पारा चढणे' (३८) इत्यादी वाक्प्रचारांच्या समृद्ध वापरामुळे कथानुभव अधिक आशयघन होतो. झाम्बळ, झुम्बळ, निऱ्हा, झाकट पडल्या, हरीक असे शब्द कथेच्या भाषासौंदर्यात भर घालतात. दु:खाच्या लाटा (८६), विव्हल दान (२९), मूक आक्रंदन (३०), गरगरता भोवंडा (५७), उपेक्षितपणाची लाट (पृ. ६९) इ. प्रतिमा लक्षवेधी

वाटतात. कुळशील, खाचाखोचा, भगरभगर, वाळतचिळत, हालगोमालगो इ. भाषिक रूपे व इचकणे, माथन, सुगड्या, आंधण, घाटाघुगरी, डाखळा, कल्ला, धुईधानी, इनवासे इ. कितीतरी देशी शब्दांबरोबरच क्वचित इंग्रजी व हिंदी शब्दांचाही वापर लेखिका करते. आणि हे शब्द कथेतील अनुभवविश्वाला अस्सल ग्रामीणत्व प्रदान करतात.

'वासराच्या कानात वारं शिरावं तसं त्याच्या डोळ्यांत वारं भरलं होतं.' (पृ. ३७)' 'कापूस फुटलेल्या वावराच्या मालकासारखी त्याला काळजी लागली' (पृ. ४९) 'कापूस वेचल्यानंतर सुन्या होणाऱ्या काडीगत दिसण्याऱ्या संपूर्ण वाळलेल्या पऱ्हाटीसारखा तो दिसू लागला.' (पृ. ६६) इ. दीर्घ उपमा घटना अथवा मन:स्थितीचे नेमके चित्रण करतात.

प्रादेशिकतेचे मूल्य -

यातील सर्वच कथा ग्रामीण वास्तव प्रकट करणाऱ्या असल्याने लेखनशैलीही वास्तवदर्शीच आहे. काही ठिकाणी लेखिकेची काव्यात्म वृत्तीही दिसून येते. 'लंगडा' कथेतील वर्णने अशी आहेत. लेखिका म्हणते, 'गुलमोहराखाली त्याची वेदना फुलत होती... मूक दु:खाच्या लाटा त्याला वेढत होत्या. (पृ. ८६) किंवा सगळा मळा वेदनेनं भरून गेला. (२८) अशा प्रकारची काव्यात्मकता कथेला जिवंतपणाही देते. भाषिक लय, संवाद, निवेदन अशा अंगांनी कथा परिणामकारक झाली असली तरी प्रादेशिकता हा महत्त्वाचा पैलू या कथांना घेरून आहे. वऱ्हाड व वऱ्हाडची प्रादेशिक बोली अनेक ठिकाणी आल्याने प्रादेशिकतेचे मूल्यही या संग्रहाला लाभले आहे.

तसा संग्रह वाचनीय असला तरी काही ठिकाणी म्हणींची पुनरावृत्ती जाणवते. काही ठिकाणी कारण नसताना प्रमाण मराठीचा अतिरेकी वापरही मूळ अनुभवाला बाधित करतो. उदा. 'बिऱ्हाड' ही कथा. मूळ अनुभवाच्या गडद आविष्कारात अशी भाषा अडसर ठरलीय. तसेच सतत निवेदनाच्या पातळीवर चालणारी कथा रुक्ष होत जाते. ती आविष्कारशील व्हायला हवी असते. 'लंगडा', 'पेरणारे हात' मध्ये हे जाणवते. उलट 'सुगरनचा खोपा', 'मावळती' इ. कथा अधिक उत्कृष्ट वाटतात. अस्सल ग्रामीण अनुभवविश्व व प्रतिभा असल्याचा प्रत्यय देणाऱ्या या कथा आहेत. सतत कोणत्याही घटना प्रसंगांना कथारूप देण्याचा मोहही टाळणे योग्यच ठरेल. तरीही या साऱ्या गोष्टी गृहीत धरून स्वातंत्र्योत्तर कालखंडातील आजच्या समकालीन ग्रामीण जीवन दर्शनाचे मूल्यचित्रण करणारी प्रयोगशील अशी प्रतिमा इंगोले यांची

कथा आहे.

स्वातंत्र्यानंतर आणि त्यातही विशेषत: १९६०-७० नंतर ग्रामीण जीवनात अनेक परिवर्तने झाली. सहकारी कारखाने, शिक्षणसंस्था, वैद्यकीय सेवा यांचा प्रसार झाला. काही सुधारणा आल्या. नवे कायदे आले. ग्रामीण भागात नवीन राजकारणाचे वारे शिरले. परंपरागत ग्रामीण जीवनाचा संथ गतीने का होईना पण निश्चितपणे रंग बदलण्यास सुरुवात झाली. मर्यादित प्रमाणात स्त्रिया शिक्षणही घेऊ लागल्या. शिक्षित स्त्रिया आणि तरुण पिढी यांना शहरी जीवन सुधारणा एकीकडे अधिक जवळच्या वाटू लागल्या आणि दुसरीकडे त्यांना ग्रामीण जीवनवास्तवाचे नवे भान आले. नवीन निर्माण होणारे प्रश्न जसे समजले, तसेच जुन्या रूढी वातावरणाने होणारी कोंडीही समजली. अर्थातच, या नवीन जाणिवेला विविध आयाम होते. स्त्रीजीवनाचे नवे भान अपवादाने शिक्षित स्त्रीला येत होते. नवीन पुढे येणारी शहरी नोकरी आणि परंपरागत शेती या द्वंद्वात तरुण पिढी सापडली होती. या सर्वांचे मंथन ग्रामीण जीवनात गेल्या पंचवीस वर्षांमध्ये विविध दिशांनी घडून आले. या सर्व बदलाशी डॉ. प्रतिमा इंगोले यांचे जवळचे नाते आहे. त्या उच्चशिक्षित आहेत. त्यामुळे परंपरागत स्त्रीचे शोषण आणि शिक्षित स्त्रीची कोंडी या दोन्हींचे त्यांना सूक्ष्म भान आहे. अतिशय संवेदनक्षम मनांत भोवतालचे वास्तव त्यांनी टिपले आहे.

समाजवास्तव समजून घेण्याची, त्याला भिडण्याची लेखिकेला ओढ आहे. त्यामुळेच इतके खोलवर विविध विषय त्यांना जाणवले आहेत. वास्तव आणि त्यातील विविध प्रश्न हेच त्यांच्या लेखनाचे प्रेरणास्त्रोत आहेत. अंतर्मुखतेमुळे एक प्रकारची मन:पूर्वकता त्यांच्या लेखनात आलेली दिसते. स्त्रीजीवनातील विविध अनुभवांना त्यांनी कथेचे स्वरूप दिले. त्यामध्ये गावातील प्रतिष्ठित घरच्या स्त्रिया गरीब स्त्रीच्या परिस्थितीचा कसा फायदा घेतात,त्यामध्ये पिचणारी पंचफुला, गंगाबाई यांच्या व्यथा बदलत्या समाजव्यवस्थेतून आल्या आहेत. त्यांच्या कष्टांनाच जणू पिळून घेतले आहे. स्त्रीच्या संदर्भातील लहान-मोठ्या प्रश्नांना प्रतिमा इंगोले यांनी महत्त्व दिले. संपूर्णत: या विषयामध्येच बांधून घेतले नाही. त्यामुळे या संग्रहापर्यंत आशय विषयाचे वैविध्य कथांमध्ये निर्माण झाले आहे. ना धड शेती ना धड नोकरी अशी परिस्थिती खेड्यातल्या तरुणाची होते आणि पैशाने अडणारे प्रश्न सुटता सुटत नाही. 'धुईधानी' ही अशीच कथा आहे. लग्नाची ओढ एखाद्या शेतमजुरालाही असते ही सुगरनचा खोपा कथा तर कथासंग्रहाला एक कलाकृतीचा संदर्भ देऊन जाते. त्या सर्वच कथांमध्ये प्रादेशिकता काठोकाठ भरली आहे.

विषयाचे आकलन, व्यक्तिमत्त्वाची जाण लेखिकेला आहे. तरी काही कथांमध्ये

कलात्मकतेची उणीव भासते. कथेचा आकृतीबंध निखळला की तिचा कलात्मकतेशी संबंध उरत नाही. जीवनदर्शनाचे मूल्य, आशयाचा टोकदारपणा, कथेचा घाट या गोष्टी कथांना मोठे करण्यात फार महत्त्वाच्या ठरतात. मावळती, बिऱ्हाड, सुगरनचा खोपा यांत ते घडले आहे.

डॉ. प्रतिमा इंगोले यांचे लेखन हे आत्मप्रेरणेतून झालेले आहे. त्यांचा स्वत:चा जो एक मानसिक विकास झाला आहे त्यातूनच ग्रामीण जीवनवास्तवाकडे बघण्याची एक नवीन दृष्टी त्यांना आलेली आहे. त्या दृष्टीचा उपयोग त्यांनी कथांसाठी नव्या जाणिवातून, अनुभवातून करून घ्यायला हवा. जेव्हा फोटोग्राफिक चित्रणाच्या पलीकडे लेखन पोचते, तेव्हाच जीवनदर्शनाची ताकद त्यात निर्माण होते. ती कथा, लेखन प्रगल्भ होते. ग्रामीण जीवन वास्तवाच्या विविध अंगांना लेखिकेचे मन स्पर्श करीत आहे. त्यामुळे त्यांच्या कथातील आशयक्षेत्र व्यापक झाले आहे.

ग्रामीण बोलीतील कथा मराठीत शंकर पाटील, आनंद यादव यांनी लिहून कथावाङ्मय समृद्ध केले आहे. त्यांच्या भाषेपेक्षा प्रतिमा इंगोले यांची भाषा वेगळी असून, ती ग्रामजीवनाच्या चित्रणाशी संवादी आहे. स्त्री असल्यामुळे भाषा, म्हणीतून, संवादातून आलेली संपन्नता कथेला श्रीमंत करून गेली आहे. वऱ्हाडी भाषेचा, वाणीचा हुरड्यासारखा रसाळ दुधाळपणा, गोडवा या संपूर्ण कथांमध्ये अनुभवास येतो.

कथावाङ्मयातले परिवर्तन -

परिवर्तन म्हणजे बदल. बाह्य जग क्षणोक्षणी बदलत असते. हा बदल कधी बाह्यरूपात तर कधी आत्मिक स्वरूपात होत असतो. प्रतिमा इंगोलेंच्या कथा या दोन्ही अंगांनी अभिव्यक्त झाल्या आहेत. काळाची गतिमानता आणि ग्रामजीवन, निसर्ग, भौगोलिक वातावरण, तेथले जनजीवन आणि संस्कृतीचेही चित्रण इंगोलेंनी कथांत रेखाटले आहे. भौतिक बदलापेक्षाही आंतरिक बदल अधिक महत्त्वाचा असतो. म्हणूनच रूढीपरंपरांचे, तिथल्या मानसिकतेचे रूप त्या नेमक्या शब्दांत हेरतात. आंतरिक बदल म्हणजेच मूल्यात्मक बदल किंवा परिवर्तन!

स्वातंत्र्य, समता, बंधुता या बरोबरच मानवता, बहुजनहिताय दृष्टी आणि वैज्ञानिकता ही जीवनमूल्ये आपण स्वातंत्र्योत्तर काळात स्वीकारली आहेत. या अनुषंगाने विचार केला, तर आनंद यादवांनंतर राजन गवस, मेघना पेठे, सदानंद देशमुख, पुरुषोत्तम बोरकर इ. ग्रामीण कथाकारांनी साहित्य निर्माण केले. तिसऱ्या

पिढीत मात्र आत्मभान जागृत झालेले कथाकार आहेत. त्यात प्रतिमा इंगोले आहेत. सुरुवातीला जीवनातील समस्या खुसखुशीतपणे हाताळणाऱ्या प्रतिमाताई पुढे गंभीरपणे जीवनाकडे बघू लागल्या. त्यामुळेच त्यांच्या कथांतही आत्मभानाचे एक परिमाण मिळाले. ही एक फार मोठी जमेची बाजू आहे.

■

-: ५ :-

'जावायाचं पोर'

'सुगरनचा खोपा' नंतरचा संग्रह आहे 'जावायाचं पोर'. याला प्रस्तावना आहे पुरोगामी विचारांच्या शारदा साठे यांची! त्यात स्वत:च्या प्रस्तावनेत प्रतिमा इंगोले म्हणतात, 'कहाणी ऐकायला सर्वांनाच आवडते पण ही शुक्रवार-शनिवारसारखी कहाणी नाही. ही आहे अगदीच वेगळी!' ऐक स्त्री जन्मा ही तुझी कहाणी' अशी या कथासंग्रहातील त्यांची पहिलीच कथा त्यांच्या जागृत झालेल्या स्त्रीवादी जाणिवांचे यथार्थ सूचन करते. ग्रामीण स्त्रियांच्या जीवनात त्यांच्या वाट्याला आलेला अंधार दूर झाला पाहिजे असे त्यांना वाटते. परंतु वास्तवाचे भान त्यांच्या कथेला आहे. ग्रामीण साहित्य किंवा स्त्रीवादी साहित्य जीवननिष्ठ प्रेरणांचे साहित्य आहे. "ग्रामीण साहित्याला दलित साहित्यासारखे स्वत:चे तत्त्वज्ञान नसले तरी स्वत:ची संस्कृती आहे. स्वत:ची जीवन जगण्याची शैली आहे. या शैलीतून वऱ्हाडी साहित्य आपल्या जीवनविषयक जाणिवा व्यक्त करीत असते. स्त्रीवादी साहित्याला तर स्वत:चे फार मोठे परिवर्तनवादी तत्त्वज्ञान आहे." या प्रा. जयश्री तोटे यांच्या अक्षरवैदर्भी २००१ मधील लेखनातील उद्गारांनी प्रतिमा इंगोलेंच्या कथांवर स्वच्छ प्रकाश पडतो. ग्रामीण स्त्रीचे अगतिकतेचे, शोषणाचे, दु:खाचे, दुर्बलतेचे चित्र बदलले पाहिजे असे प्रकर्षाने त्यांना वाटते. पण हा बदल फार हळू होणार आहे हेही त्या जाणून आहेत.

मनुसंस्कृतीच्या पाशातून तिला आपला गळा एकदम मोकळा करणे सहज शक्य नाही ही जाणीव प्रतिमाताईंना आहे. 'जावायाचं पोर' या प्रतिमाताईंच्या पुस्तकाला परिवर्तनवादी आणि उत्कृष्ट स्त्रीजीवनपर साहित्याचा पुरस्कार प्राप्त झालेला आहे. 'जावायाचं पोर' या कथेत विभक्त झालेल्या पती-पत्नीच्या वादात स्त्रीच्या पुत्र अपत्याची मानसिकता लेखिकेने कलात्मकतेने रेखाटली आहे. वैदर्भीय लेखिका संमेलनाच्या अध्यक्षीय भाषणात लेखिका म्हणते, "मी ज्या लोकसंस्कृतीचा

अभ्यास केला आहे, त्यात प्राचीन काळी विदर्भात नागसंस्कृती अस्तित्त्वात होती. या नागसंस्कृतीत स्त्री ही केंद्रस्थानी होती... मातृसत्ताक व्यवस्था हीच प्राकृतिक व्यवस्था!'' याचा अर्थ हाच की समाजातील सर्व विकृतींवर आणि शोषणावर, या समाजाच्या केंद्रस्थानी स्त्रीमुक्तीप्रधान व्यवस्था येणे, हेच उत्तर आहे याची रास्त जाणीव व्यक्तिगत पातळीवर त्यांना झालेली आहे. प्रतिमा इंगोले यांचा मनातला स्वर आशावादी आहे. स्वातंत्र्य, समता, बंधुता, मांगल्य, मानवता यांची प्रकाश पहाट होईल असे त्यांना वाटते. त्याकरता त्यांना थोडे ऐसपैस व्हावे लागेल, तरच त्यांच्या मनातली स्त्रीविचारधारा प्रत्यक्षात आकार घेईल असे वाटते.

'जावायाचं पोर' हा ११ कथांचा वैशिष्ट्यपूर्ण संग्रह. छोट्या छोट्या घटनांच्या आधारे काही वैचारिक भूमिका या कथांतून प्रतिमा इंगोले व्यक्त करतात असे बरेचदा जाणवते. सध्याच्या कौटुंबिक आणि सामाजिक परिस्थितीत होणारी घुसमट हाच त्यांच्या या संग्रहातील कथांचा केंद्रबिंदू आहे.

पदरी असणारे परावलंबित्व, पदोपदी होणारी कुंचबणा आणि घरोघरी दडपल्या जाणाऱ्या स्त्रीमनातून उसळू पाहणारी बंडाची आग शब्दबद्ध करण्याचा प्रयत्न या कथांमधून लेखिकेने केला आहे. दैनंदिन जीवनात स्त्रियांच्या वाट्याला नित्य येणारे असेच हे अनुभव आहेत. पुरुषांसाठी आणि स्त्रियांसाठी सामाजिक आणि व्यावहारिक मापदंड राजरोसपणे वेगवेगळे वापरले जातात हीच या स्त्रियांची व्यथा आहे. त्यादृष्टीने स्त्री वादी साहित्याच्या पाऊलखुणा या संग्रहात आढळतात.

या कथासंग्रहातील कथांचा परिसर विदर्भातील खेड्यापाड्याचाच ग्रामीण परिसर आहे. या कथांच्या नायिका फारशा शिकलेल्या नाहीत. परंपरागत कुटुंबपद्धती त्यांना मान्य आहे. पण संसारातील पती-पत्नींमधील नात्याचे जे पैलू त्यांनी टिपले आहेत, ते वाचकांना अंतर्मुख करणारे आहेत.

कथांचे स्वरूप -

१) सोननिळं पाखरू - या कथेची नायिका राधा ही नाजूक साजूक तुपासारखी. जशी जुईची कळी, पण तिचा नवरा बाळ मात्र धसमुसळा. तो दारूच्या व्यसनापायी तिला छळतो; पण राधा मात्र त्याला शिक्षा होऊ नये म्हणून साडी आपल्याच चुकीने पेटल्याचे सांगते. मरणानंतर सोननिळं पाखरू बनून आपल्या घराकडे उदास, व्याकूळ नजरेने बघत बसते. 'बायकांच्या नशिबी असं सोसणंच असतं' म्हणून तिची सासू अबोल राहते. तरीही मनातून सुनेचीच बाजू घेते. स्त्रीमधील सख्यत्व येथे प्रकट होते.

२) नागवेल - या हृदयस्पर्शी कथेतली नायिका लता ही चौघा भावांची एकुलती एक बहीण. नागवेलीच्या वाडीशी तिचे अतूट नाते आहे. बारी समाजात दुर्मीळ असणारा शिकलेला मुलगा गवसला म्हणून त्याच्याशी लताचे लग्न ठरवले जाते. लग्नखर्चासाठी नागवेलीचं तान्डं विकले जाते आणि नव्या नवतीच्या संसाराचे हिरवेपण संपण्यापूर्वीच तिचा नवरा सुटी संपल्याच्या निमित्ताने एकटाच तेल्हाऱ्याला जातो. तिथे खोली लहान आहे म्हणून लताला तिकडे कधी नेत नाही. उलट वडिलांकडून सायकल आण, रेडिओ आण, पैसे आण म्हणून तो तगादा लावायला लागतो. तिला मारायला लागतो. आई-वडिलांना दुःख नको म्हणून ते घाव ती निमूटपणे सहन करत राहते.

लवकरच तेल्हाऱ्याला आपल्या नवऱ्याचे कोणाशी अनैतिक संबंध असल्याचे तिला कळते. सासरी कोणासाठी आणि कशासाठी राहायचे? असे वादळ मनात घोंगावू लागते आणि तिला दिसते की 'वेळूचा आधार नसला तरी नागवेल खाली पडते, पायदळी तुडवली जाते पण मरत नाही.' या सूचक दृश्यातून लताच्या मनातील स्वतंत्रपणे आधाराशिवाय जगण्याच्या धडपडीला धूसरपणे व्यक्त करून लेखिकेने कथा संपवली आहे.

३) मंगळसूत्र - कथेच्या नायिकेलासुद्धा नवऱ्याने केलेला विश्वासघात लक्षात आल्यावर त्या सौभाग्याच्या प्रतीकाची आवश्यकता संपल्याचे जाणवते. या कथेत नायिकेच्या अनुभवांना आणि ती ज्या निर्णयापर्यंत येऊन पोहचते त्याला महत्त्व आहे.

४) कल्लोळ - ची नायिका शिक्षिकेची नोकरी करणारी म्हणून आर्थिकदृष्ट्या स्वतंत्र आहे. पण त्या ३०-३५ वर्षांच्या कुरूप मुलीचे लग्न ठरवतात. विहिरीला पाणी लागावं, इमारत पक्की व्हावी, शेतात पीक यावं त्यासाठी पूर्वी असा कुणाच्या तरी सुखासाठी कुणाचा तरी बळी दिला जायचा. घरातला एक उणेपणा झाकण्यासाठी आणि व्यभिचाराला वाचा फुटू नये म्हणून या मुलीचा बळी दिला जातो आणि या घरंदाजपणाचा, कुलीनपणाच्या अवगुंठनाचा त्याग करायचा धीट निर्णय ही नायिका घेते. 'संघर्षाशिवाय मनातले कल्लोळ थांबणार नाहीत.' या तिच्या मनोगतातून स्त्रीचे हे वेगळे रूप लेखिकेने साकार केले आहे.

५) हव्यास - कथेची नायिका नवऱ्याच्या केवळ शारीरिक आकर्षणाच्या हव्यासाला त्रासली आहे. त्याचे मॅनेजरचे पद, बंगला, कार, नोकर सारेच तिला खुपत राहते.

६) दुपवा - या कथेत समरती या स्त्रीचा नवरा नाच्या म्हणून मिरवणुकीत वावरतो. समरतीला त्याचे ते हिडीस रूप भयंकर किळसवाणे वाटते.

रात्री तर पायजम्यावर झंपर, दारू अंगभर भिनलेली, ओठावरची काळपट

लाली, डोळ्यांत काजळ, भुवयांवर कमानदार टिकल्या, केसांचे फुगे असा तो नवरा तिच्या जवळ येतो. त्या अर्धनारीनटेश्वराने केलेल्या विटंबनेने ती तुटून पडते. तिची समजूत घालणाऱ्या बायकांचे विचार 'समाजात स्त्रीचे स्थान काय आहे' यावर विदारक प्रकाश टाकतात.

"बाईले पसन नायी मनून मानूस कुठी ऐकत असते? आजलोग कोन्या मानसानं बाईचं आईकलं?"

नवऱ्याच्या पशुवत वागण्याने पोटातल्या गर्भाला इजा पोहचते आणि समरती नवऱ्यापासून दूर जाण्याचा मार्ग शोधते.

७) जावायाचं पोर - अनुसूयाचे वडील मुलीला मोलमजुरी करावी लागणार नाही असं स्थळ बघून देतात. सदाशिवराव मात्र दिसायला कुरूपच. अनुसूयाची एकुलती एक मुलगी शांता दुर्दैवाने सदाशिवरावांसारखी कुरूप असते.

शांताच्या माहेरचा पैसा बघूनच भुललेला मुलगा जावई म्हणून निवडला जातो. आणि लग्नाच्या आधीपासूनच अनपुरनीशी त्याचे संबंध असल्याचे शांताला समजते.

लग्नातलं सोनंनाणं, भांडीकुंडी बळकावून तो शांताला पोतेरं करून ठेवतो. "तो पुरुष होता म्हणून मुक्त होता. बाहेरख्याली असून बोहल्यावर चढू शकत होता. पत्नीच्या भावना तुडवू शकत होता. लग्नाच्या बायकोपासून त्याला शरीरसुखाचा परवाना होता."

शांतीचा मुलगा जावयासारखा देखणा झाला. हुशारही झाला. शांतीने आणि तिच्या आई-वडिलांनी त्याला पाचवीत तालुक्याच्या होस्टेलमध्ये ठेवलं आणि जावयाने दावा साधला. मुलाला त्याने आपल्या कब्जात घेतलं.

नऊ महिने पोराला उदरात वागवणारी शांता आणि अनुसूया आजीच्या जिवाचा ताईत असणारा पोर 'मला वडिलांजवळच राहायचे आहे.' असे कोर्टात सांगून वडिलांकडे निघून गेला.

यानंतरच्या **'जखम'** कथेतही स्त्रीमनाची भळभळती जखम लेखिकेने उकलून दाखवली आहे. **'परका'** आणि **'बोरं घ्या बोरं'** या कथांसुद्धा वैशिष्ट्यपूर्ण आहेत.

व्यक्तिचित्रण -

एखाद्याच व्यक्तीचे चित्रण करण्यापेक्षा लेखिकेने कमजोर, दुबळे, तडजोड करणारे स्त्री मन या संग्रहातही अनेक कथांतून वेळोवेळी रंगवले आहे. स्त्रियांची रूढीगत मर्यादा मागच्या पिढीतीलच नव्हे, तर आधुनिक युगातील आजच्याही

ग्रामीण स्त्रियांनी निमूटपणे मान्य केली आहे. त्यांना कोणतेही प्रश्न पडत नाहीत. मनात प्रश्न निर्माण झाले तरी ते ओठावर येत नाहीत. तडजोड करीत जगणे आणि दुसऱ्याचा विचार करत प्राण सोडणे त्यांना मान्य आहे.

'सोननिळं पाखरूं' मधली साजूक नाजूक तुपासारखी, कळीसारखी सून राधा आणि या हळुवार लोभस, केवळ सोसणाऱ्या मुलीचा धसमुसळा, दारुडा, तिला छळणारा नवरा बाळ याचे चित्रण लेखिकेने मिताक्षरी शैलीत केले आहे. नवऱ्याला शिक्षा होऊ नये म्हणून 'चहा करताना माझी साडी पेटली' असे ती मृत्युशय्येवरही सांगते आणि मरणानंतर जणू सोनपाखरूं बनून आपल्या संसारावर नजर फिरवत राहते.

'नागवेल' या कथेची नायिका मनाशी खूणगाठ बांधते की, जशी बांबूपासून सुटलेली नागवेल भुईसपाट होते पण उन्मळत नाही, तशाप्रकारे आपणही बाहेरख्याली नवऱ्याच्या आधाराविना जिवंत राहू शकतो.

'मंगळसूत्र' या कथेच्या नायिकेला मंगळसूत्राचे बंधनच नकोसे होते. 'हव्यास' आणि 'दुपवा' या कथांच्या नायिका आपल्या केवळ शरीराचाच नवऱ्यांना वाटणारा हव्यास अनुभवून जीवघेणी मानसिक पीडा अनुभवतात. 'जावायाचं पोर' या कथेत उशिरा झालेल्या विजोड लग्नात शांतीला विपरीत अनुभव येतो. लग्नात दिलेले सोनेनाणे, भांडीकुंडी बळकावून शांताला तिचा नवरा पोतेरं करून ठेवतो. "तो पुरुष होता म्हणून मुक्त होता. बाहेरख्याली असून बोहल्यावर चढू शकत होता. पत्नीच्या भावना तुडवू शकत होता. लग्नाच्या बायकोपासून शरीरसुख घेण्याचा त्याला परवाना होता." हा होता शांताचा अनुभव. संसाराचे, मंगलबंधनाचे हे ओझे, त्यावरच्या या जीवघेण्या कथा स्त्रीजातीच्या सर्वसामान्य जगण्याचे, त्यांच्या स्वभावाचे चित्रण करतात. जगण्याच्या प्रक्रियेत स्त्रीच्या हातून जे निसटून जाते, जो भोगवटा पुरुषप्रधान समाजात स्त्रीच्या वाट्याला येतो त्याचा शोध घेण्याचा प्रयत्न प्रतिमा इंगोले या लेखिकेने कथेच्या माध्यमातून केल्याचे जाणवते.

'हजारी बेलपान', 'अकसिदीचे दाने', 'सुगरनचा खोपा' यानंतरचा प्रतिमा इंगोले यांचा हा कथासंग्रह 'जावायाचं पोर' १९८९ साली प्रसिद्ध झाला.

१९८२ पासून तर आजवर प्रतिमा इंगोले सातत्याने कथालेखन करीत आहेत. यानंतर 'लेक भुईची', 'हिरवे स्वप्न' आणि 'अंधारपर्व' हे कथासंग्रह मिळून एकूण सात कथासंग्रह त्यांच्या नावावर सध्यातरी जमा आहेत.

'जावायाचं पोर' या संग्रहातसुद्धा छोट्या छोट्या घटनाप्रसंगांच्या आधारे स्त्रियांच्या भावावस्थांचे हळुवार चित्रण करण्याचा प्रयत्न त्यांनी केला आहे.

उद्धव ज. शेळके, मनोहर तल्हार, शरच्चंद्र सिन्हा, विठ्ठल वाघ यांच्याप्रमाणेच

वऱ्हाडी बोलीतून लेखन करून यशस्वी ठरलेल्या त्या लेखिका आहेत. ग्रामीण बोलीचा नेमका रेखीव उपयोग करून घेत नेमका आशय त्या व्यक्त करीत असतात.

या कथासंग्रहाच्या सुरुवातीची 'कहाणी' खूपच अल्पाक्षरी आणि मार्मिक आहे. किती काळ लोटला बेदर गेले, मोगल आणि इंग्रजही गेले. ती (स्त्रीजात) मात्र तशीच बलात्कार आणि अत्याचाराला बळी पडणारी राहिली. हुंड्यापायी जाळली जाणारी, चैनीचे माध्यम असणारी भोगवस्तू! मुक्तीसाठी धडपडताना पिंजऱ्यावर धडका मारून ती घायाळ होत राहिली. 'ऐक स्त्री जन्मा तुझी कहाणी' या रचनेला लोकगीताची लय आहे. त्यात कथात्मकता आहे.

मुख्य म्हणजे परावलंबित्व सोडून पाठीला कणा असलेली, पुरुषविना स्वत:चे जग उभे करण्याची धमक जागलेली आणि महत्त्वाचे म्हणजे पुरुषशरण नसणारी स्त्री लेखिकेने आपल्या कल्पनेतून यात उभी केली आहे.

या कथांमध्ये केवळ मनोरंजकता नाही. पूर्वीसारख्या या राजा-राणी, भुते-खेते, राक्षस-दानव यांच्या कथानकप्रधान कहाण्या नाहीत. ह्या कथांची दुनिया अद्‌भुत वा जादूच्या वातावरणाने भारलेली नाही. आपल्या आसपासच्या जगातल्या नित्य आढळणाऱ्या प्रसंगातूनच या कथा फुलल्या आहेत.

रसभरीत वर्णनशैलीमुळे, चपखल शब्दरचनेमुळे कथेतील प्रसंग वाचकांच्या नजरेसमोर उभे राहतात. प्रतिमा इंगोले जेव्हा कथाकथन करतात तेव्हा या कथांमधील नाट्यमयतेमुळे श्रोते रंगून जातात. पण केवळ उत्कंठा जागवत भूल पाडता पाडता या कथा जिवाला चटका लावून जातात.

आज ग्रामीण दलित व्यक्तींना शिक्षणाचाही लाभ मिळू लागला आहे. त्यामुळे लेखिका असे काही वेगळे लिहू लागल्या आहेत. आपला जीवनानुभव धीटपणे व्यक्त करू लागल्या आहेत. विवाहबंधनात बंदिस्त राहणाऱ्या गृहिणी घराचा खरा अर्थ तपासून बघत आहेत. 'जावायाचं पोर' मध्ये अशा विचारप्रवण असणाऱ्या स्त्रियांचे प्रतिबिंब आहे.

या कथांमधून स्त्रीचे प्रातिनिधिक दु:ख शब्दबद्ध होते आहे. एका प्रकारे हे समूहमनाचे रेखाटन आहे. 'स्व'चे भान जागृत होत असताना स्त्रीच्या वेदनेला आणि विद्रोहाला आज वाचा मिळते आहे. अशाप्रकारे हे कथासंग्रह समाजकेंद्री झालेले दिसतात.

स्त्रीजीवनाचे दर्शन घडविणे हाच या कथांचा प्रमुख उद्देश आहे. जगण्यासाठी केलेला हा संघर्ष, ही स्त्रीची व्यथा, वेदना, याचे चित्रण या कथासंग्रहात प्रतिमा इंगोले यांनी केले आहे.

अन्याय, अत्याचार, दारिद्र्य, अंधश्रद्धा, रूढी-परंपरांच्या बेड्यांमुळे निर्माण

होणाऱ्या दु:खाचे चित्रण या बहुतेक कथांत आढळते. विषमतेवर आधारलेल्या या समाजव्यवस्थेत स्त्रीला काडीमात्र किंमत नाही, तिचे माणूसपणच नाकारले जाते, तिचे शोषण अगदी घरातल्याच जवळच्या, विश्वासाच्या माणसाकडून होत राहते, याचे प्रभावी चित्रण या संग्रहातील प्रत्येक कथेत आढळते.

ग्रामीण प्रदेशातील जीवनव्यवहाराचे दर्शन तर यातून घडतेच. व्यक्तिगत तसेच सामाजिक स्तरावरील विसंवादही या कथांमधून धीटपणे प्रकट केला आहे. बोलीच्या लक्षणीय वापराने या कथांच्या कक्षा निश्चितच विस्तारल्या आहेत.

स्त्रीच्या जगण्यातल्या आणि इतरांना क्षुल्लक वाटणाऱ्या; पण स्त्रीला खुपणाऱ्या बाबी लेखिकेने नेमकेपणाने टिपल्या आहेत. जगण्यातले दाहक, करुण, कोमल, हळवे यासवे हिडीस आणि बीभत्स अनुभव 'दुपवा' सारख्या कथेत शब्दबद्ध केले आहेत.

हे अनुभव पेलण्याची क्षमता असल्याने कथात कृत्रिमपणाचा, तंत्राच्या बडेजावाचा शिरकाव होऊ न देता, कथा उगीच शैलीने न सजवता किंवा सहानुभूती मिळवण्यासाठी न लिहिता ही कथा सहज साध्या रूपात अवतरते.

स्त्रीचे शरीर, त्याचे उपयोग, उपभोग हा मुद्दा करून पुरुषप्रधान संस्कृतीने तिला दावणीला जखडले याची जाणीव आणि याची बोच 'हव्यास' या कथेतील नायिकेला अस्वस्थ करते. इंगोलेंच्या 'मंगळसूत्र' यासारख्या कथेतील नायिका हे अनुभव, या परंपरा धीटपणे तपासून पाहते. यात कोणताही सवंगपणा येऊ न देता स्त्री-पुरुषांच्या मानसिकतेचा शोध लेखिकेने कथामाध्यमातून घेतला आहे.

जावायाचं पोर, कल्लोळ यासारख्या कथांतून तर जगण्याच्या प्रक्रियेत स्त्रीच्या हातून जे निसटून जाते त्याचा शोध घेतला आहे. संसार रेटताना स्त्रीच्या वाट्याला जी वंचना येते, जो भोगवटा येतो, नातेसंदर्भाचा जो अन्वय हाती लागतो त्याचे हे चित्रण आहे.

स्त्रीच्या भावनांची मोडतोड, पतीच्या विवाहबाह्य संबंधांमुळे तिचे तुटत जाणे, स्वत्व जपण्याची तिची धडपड, 'हव्यास', 'मंगळसूत्र' आणि या संग्रहातील बहुतांश कथांत जाणवते.

स्त्रीजीवनाच्या प्रत्येक टप्प्याकडे चौकस, सूक्ष्म नजरेने लेखिका बघते. तिला जे खुपते ते संवेदनशीलतेने टिपते. स्त्रीचे भोग, व्यथा, नात्यांची गुंतागुंत याचा शोध घेते. लग्नाच्या नवऱ्याचे लग्नापूर्वीचे स्वरूप, वागणे, देखावा आणि त्याचे नंतर बदललेले रंग यात आहेत.

स्त्रीमनाच्या घडणीतच असे कमजोर, दुबळे, तडजोड करणारे मन असावे ही स्त्रियांची अंगभूत मर्यादा मागच्या पिढीतील स्त्रियांनी मान्य केली होती. त्यांना

आपल्याला मिळणाऱ्या वागणुकीविषयी कोणतेही प्रश्न जणू पडतच नव्हते किंवा मनात निर्माण झालेल्या प्रश्नांना त्या कधी ओठाबाहेर पडू देत नसत. तडजोड करत जगणे त्यांना मान्य होते. आई-आजीच्या रूढी-परंपरेपासून आधुनिक लेकीच्या काळापर्यंतचा हा प्रवास आहे.

आज मात्र आपला वापर झालेला पाहून ही सुजाण स्त्री जीवघेणी तडफड अनुभवते. नवऱ्याने हवे तसे वागायचे, पत्नीने ते अत्याचार निमूटपणे सोसायचे हे तिला पटत नाही. विजोड लग्नात जोडीदाराच्या विश्वासघाताने कोलमडण्याऐवजी ती स्वत:ला सावरते. बदलत जाणाऱ्या कुटुंबव्यवस्थेचे हे चित्रण आहे.

या कथांच्या नायिका चिंतनशीलतेकडे, परिपक्वतेकडे झुकणाऱ्या आहेत. आपल्या मनाचे पदर त्या नेमकेपणे उलगडून दाखवतात.

वऱ्हाडी बोलीतून लेखन करून लोकप्रिय झालेल्या प्रतिमा इंगोले या कथालेखिका कथाकथनातही नाव कमावून आहेत. 'गावात लपलेल्या अभागी बयनी' ची कहाणी त्या सांगतात. वऱ्हाडातील ग्रामीण स्त्रीजीवनाचे चित्रण त्यांनी केले आहे. 'मायने सहन केलेला सोसन्याचा वसा' या आधुनिक लेखिकेने जाणून बुजून दूर सारला आणि स्त्रीसंवेदनांचे प्रभावी चित्रण त्यांनी आपल्या कथांमधून केले. खेड्यापाड्यातील स्त्रियांची मने त्यांच्याच शब्दांत कथाबद्ध केली, हाच त्यांच्या कथांचा मोठा विशेष आहे.

■

-: ६ :-

'लेक भुईची'

प्रतिमा इंगोले यांचा 'लेक भुईची' हा कथासंग्रह १९९१ साली प्रसिद्ध झाला. कथासंग्रहाच्या शीर्षकावरूनच जाणवते की, ग्रामीण जीवनातील ग्रामवासी लोकांपैकी विशेषत: लेकींचे जीवन त्यांनी शब्दबद्ध केले आहे.

आज यंत्रयुगात खेडी उदास, भकास आणि ओस पडू लागली आहेत. शहराच्या दिखाऊ दिमाखाला भुलून ग्रामवासी लोक स्वत:ची अस्मिताच गमवत चालले आहेत. पैशामागे धावताना माणसाच्या मनातला मायेचा ओलावा झपाट्याने सुकत चालला आहे. अशा वातावरणात गरिबीमुळे, निरक्षरतेमुळे येणारी असाहाय्यता, 'भुईच्या लेकीला' अधिकच भोवते. तिच्या आत्मसन्मानाला पदोपदी नख लागते. या सगळ्या बदलत्या स्थितीची खंत प्रतिमा इंगोलेंनी या संग्रहाच्या सुरुवातीला दिलेल्या मनोगतातून व्यक्त केलीच आहे.

जमीन हीच शेतकऱ्यांची जीवनदाती माता. विदर्भात तर नांगरलेल्या भुईला 'सीता' म्हणतात. कापसाचा पहिला वेचा वेचताना भुईला दही-भाताचं बोणं देऊन तिची तृप्ती करतात. याला 'सीतादही' म्हणतात. पृथ्वीमातेला असे तृप्त केल्यानंतरच माणसे स्वत:ची झोळी भरतात. लोकसाहित्याच्या अभ्यासक असणाऱ्या या लेखिकेने ग्रामजीवनातील हे महत्त्वाचे तपशील मनोगतातून दिले आहेत.

वातावरण, पार्श्वभूमी -

आज ग्रामजीवनातील बदलते वातावरणसुद्धा याच कथासंग्रहाच्या मनोगतातून आणि याच कथासंग्रहातील 'डुबतीची पावलं' आणि 'कोळली ढन्न' या कथांतून लेखिकेने प्रभावीपणे आणि प्रत्ययकारी शैलीतून रंगवले आहे.

पूर्वी वऱ्हाडला 'सोन्याची कुऱ्हाड' असे म्हणत. पण आज या विदर्भातील

नद्या कोरड्या पडत चालल्या आहेत. हा भयावह कोरडेपणा जीवनातूनही आढळतो आहे. एकीकडे शेतकरी उपासमारीने, दैन्याने गांजला आहे. प्रत्येकवर्षी वावर पेरायचे, पिकं काढायसाठी वर्षभर कष्ट उपसायचे. वावरात पेरलेलं पिकेनासं झालेलं. ही दरवर्षीची नापिकी, त्यातच वाढती महागाई या रेट्यात छोटा कास्तकार रडकुंडीला येतो. महागडी खतं, बियाणं, फवारणी, मजुरी या चक्रातून पिकानी डोकं वर काढलंच तर बाजारभाव उतरतात. (डुबतीची पावलं)

सरकारकडून कर्ज काढले, त्याचे हप्ते भरले नाही तर जप्ती येते, डोळ्यांसमोर घरदार लुटलं जातं. सरकारी नोकर तर असे चढेल जसे तेच शेतकऱ्यांचे पिढीजात मालक. कायदा आणि योजना यामुळे मोठ्यांचाच फायदा होणार, गरीब अडचणीत सापडणार. नदीत पाणी रायलं नाही, देवळात देव रायला काय? माणसात मात्र माणुसकी राहिली नाही. (कोळली ढन्न)

कथावस्तू -

१. 'डुबतीची पावलं' - ही या संग्रहातील पहिलीच कथा. ग्रामीण कास्तकाराची आणि त्याच्या उपवर मुलीची हृदयाला घरं पाडणारी कथा आहे. विदर्भातील छोट्या कास्तकाराचे प्रतिनिधित्व करणारा जानराव आणि त्याची लाडकी उपवर लेक सीता यांची ही कथा तशी प्रत्येक गावची, तुमची-आमचीच कथा आहे.

जानराव प्रत्येक वर्षी खपून पिकं काढायचा, पण कधी नापिकीने त्याची पाठ सोडली नाही. वावर पिकलं तर बाजारभाव उतरायचे. खतं, बियाणं, औषध फवारणी, मजुरी यासाठी सरकारकडून कर्ज घेतले, तर हप्त्यांपायी डोळ्यांसमोर घरदार लुटलं जाणार. त्यातच पोटी तीन पोरी. मोठ्या सीताबाईचं लग्न खरं तर आकोलीच्या रामरावशी जुळलं. पण लग्नासाठी जानराव पैसे कुठून आणणार?

यावर्षी त्याने आधी मूग पेरले आणि पावसाने रावणाच्या लंकेपलीकडे दडी मारली. किडूक मिडूक मोडून जानरावने हिमतीने तिफन धरली. उगवणही झाली. वावर हिरवं दिसायला लागलं आणि पंधरा दिवस पावसाची झड लागली. माजलेल्या तणात भुईतून नुकतीच वर आलेली रोपं दबली, वावर बसलं. तण काढणाऱ्या मजुरांचे दर भलतेच वाढले. हाती करवंटी येण्याची चिन्हं दिसू लागली.

सीताबाई वडलांची दमछाक पाहत अश्रू ढाळता ढाळता वडिलांच्या वावरात खपत होती. तण निघालं, वावर पुन्हा फुलोऱ्याला आलं आणि सोयऱ्याने पाच हजार हुंड्यासाठी हट्ट धरला.

मूग भरघोस निघणार इतक्यात पुन्हा झड लागली. पीक आणि जानराव,

सीताची स्वप्नेही धुळीला मिळाली. जानराव नदीच्या भोवऱ्यात सापडावा तसा कोंडीत सापडला. पऱ्हाटीनी मात्र त्याला हात दिला. पण कापूस केंद्र बंद झालं. घरात कापसाची गंजी आढ्याला टेकली. केव्हातरी उघडलेल्या केंद्रावर उसळलेल्या झुंबडीत नंबर लागावा म्हणून जानरावने भाड्याची गाडी, बैलजोडी घेतली पण चुकारा मिळेना.

ज्याने वावराचा तुकडा गोड मानून त्यात घाम गाळला आणि कोणापुढे हात पसरला नाही की कोणाचं वाईट केलं नाही तो जानराव नापिकीने, दुर्दैवाच्या धक्क्याने खचला आणि वडिलांना आपला जन्माचा त्रासच नको म्हणून सीताबाई उजाडण्यापूर्वीच्या अंधारात अलगद विहिरीकडे गेली. एका स्वप्नाची अशी माती झाली त्याची ही हृदयद्रावक कथा आहे.

२. **'परायाची लेक'** - हीसुद्धा स्त्रीची व्यथा रंगवणारी कथा आहे. माहेर सोडून सासरी आलेली लेक सासरच्यांना कधी आपली, जवळची वाटत नाही. ''बायकोच्या आयुष्यावर नवऱ्याचा पूर्ण हक्क असतो; पण नवऱ्यावर मात्र बायकोची काहीच सत्ता नसते. त्यानं ऊठ म्हटलं की उठायचं अन् बस म्हटलं की बसायचं.'' अशीच केसरशी वागण्याची सासरच्या लोकांची तऱ्हा. पुन्हा मोठ्या घरची म्हणून मोठ्या जावेचं कौतुक आणि केसरच्या वाट्याला मात्र घालून पाडून बोलणे. ''नणंदेचा तोरा, सासूचा पारा आन घरधान्याचा मारा यात सासुरवाशीण मोडून पडते, बेआधार होते.'' याची केसरनेच सांगितलेली ही कहाणी.

३. **'वटी'** - याच संग्रहातील पुंजी मांगिणीच्या व्यथेभोवती गुंफलेली 'वटी' ही कथा स्त्रीत्व आणि दलितत्व या दुहेरी व्यथेला वाचा फोडते. पुंजी मांगिणीचे वेधक व्यक्तिचित्रणही या कथेची जमेची बाजू आहे. वाड्यावर पडेल ते काम करणारी पुंजी मालकिणीच्या लाडक्या लेकीच्या बाळंतपणासाठी शहरात धाडली जाते. अर्धपोटी राहून, कुठे विश्रांतीचीही उजागिरी नाही, असे ती त्या शहरातल्या लहानशा घरात दिवस काढते.

निघायच्या वेळी मालकिणीची विहीण मात्र जिवावर आल्यागत फक्त पसाभरच दाणे तिच्या ओटीत टाकते आणि गावी परतते, तर मालकिणीने तिच्या जागी नवीन बाई कामाला लावली असते. पुंजी मांगिणीच्या अंधारल्या डोळ्यांसमोर पोट भरण्याची समस्या आ वासून उभी राहते.

४. **'पयस्याची मेख'** - या कथेतही उपवर मुलीची व्यथा शब्दांकित करतानाच बदलत चाललेल्या, संवेदनाहीन झालेल्या समाजाचे चित्रण लेखिकेने केले आहे. संपत्याची पोरगी साजरी होती; पण त्याच्या हाती पैसा नव्हता. शेवटी दूर मुंबईला असणारा तिसरेपणीचा पण पैसेवाला, मोठ्या वयाचा माणूस त्याने जावई ठरवला.

पूर्ण एस. टी. भाड्याने ठरवून वरपक्ष ऐटीत गावात आला. सजवलेल्या घोड्यावर सुटाबुटातला नवरदेव मिरवत होता. समोर बँडच्या तालावर माणसे लचकत होती. फटाक्यांचा धडाका सुरू होता. आणि सारं गाव आपला उद्योग सोडून नवरदेवाची ऐट बघायला भुलल्यागत जमलं होतं.

पोरीचं बुरं झालं म्हणून नवरीची आई भोवळ येऊन पडली तरी कोणी कळवळत नव्हतं. एकमेकांबद्दल गावकऱ्यांना कळवळा उरला नव्हता. ''पूर्वी कोणाचं नुकसान झालं आणि कोणाचं घरही जळलं तरी नुसती अशी गंमत पाहणारे लोक नव्हते.'' या हळहळीतूनच कथेचा शेवट साधला आहे.

५. 'भोंड' - कथेत तर पोटाच्या कमाईसाठी पोरांना वाऱ्यावर सोडून जावं लागणाऱ्या गोकुळीची हृदयस्पर्शी कथा आहे. तिची आडनिड्या वयाची पोरगी दुर्गी गळ्यातल्या लोढण्याप्रमाणे दिवसभर नागोला सांभाळायची. गोकुळीचा जीव छोट्या पोरातच अडकलेला आणि एक दिवस नागो खेळता खेळता पडक्या घराच्या वरच्या मजल्यावरून दगडावर आपटला आणि त्याच्या मरणाने गोकुळी वेडीपिशी झाली. दुर्गीवर अतोनात रागावलेल्या गोकुळीला तिच्या नवऱ्याने कसे समजावले आणि दुर्गी आणि माय गोकुळी यांच्यातील मिटलेल्या अंतराने 'भोंड' या कथेचा शेवट झाला आहे.

६. 'सपन' - या कथेची नायिका मात्र चांगलीच स्वतंत्र विचारांची आहे. ''नवरामुलगा जर साजरा तर लगीनबाजारात त्याचा भाव अधिक. मुलगी मात्र साजरी असो की शिकली असो, स्वाभिमानी, गुणांनी वरचढ का असेना, तिचा भाव मात्र मातीमोल.'' ही हकीगत तिला बोचते.

ती दरवर्षी पहिल्या नंबराने पास होत असूनही १० हजार हुंडा कबूल करून तिच्या बुढ्याने बँकेत नोकरी करणाऱ्या मुलाशी तिचे लग्न ठरवले आणि तरीही मांडवात सोनसाखळीसाठी नवरदेव रुसला.

या मुलीचा वेगळेपणा आणि धीटपणा असा की, या लोभी मुलाशी लग्न करायचे नाही, असा निर्णय तिने घेतला. १० वी पास झाल्यावर ट्रेनिंग घेऊन मास्तरीण होण्याची तयारी दाखवली आणि तिचा बाणेदारपणा पाहून तिचा आत्येभाऊ डॉ. विजय एक पैसाही हुंड्याची अपेक्षा न करता तिच्याशी लग्न लावायला तयार झाला. तडफदार मुलीचं असं हे तडफदार स्वप्न आणि ते तिने कसे पूर्ण केले याची ही रोचक कथा आहे.

७. 'दिठ' - कथेत शहरी स्वार्थीपणाचे चित्रण आहे आणि

८. 'लेक भुईची' - या कथेत जिजाबाईंचे प्रथमपुरुषी एकवचनी निवेदन आहे. छत्रपती शिवाजी राजा होणार, आपलं स्वप्न पूर्ण होणार याविषयीचे स्वगत

म्हणजेच ही कथा आहे.

९. 'कोळली ढन्न' - या कथेत ग्रामीण क्षेत्रातील बदलत्या जीवनाचाच वेध लेखिकेने घेतला आहे.

१०. 'मायमका' - मध्ये 'पांढऱ्या आजीच्या' प्रभावी व्यक्तिमत्त्वाचे रेखीव बोलके चित्रण आहे.

व्यक्तिचित्रणे -

'लेक भुईची' या कथासंग्रहातील बहुतेक व्यक्तिचित्रणे प्रातिनिधिक स्वरूपाची आहेत. प्रत्येक वर्षी कष्ट करून वावर पेरणारा आणि नापिकी, वाढती महागाई याने बेजार झालेला एकहाती कास्तकार जानराव वऱ्हाडच्या कोणत्याही ग्रामीण भागात नजरेस पडतो. आणि त्यांच्या सीताबाई या लेकीची, तिच्या लग्नाची, लग्नातल्या विघ्नाचीही कथासुद्धा गावोगावच्या गरीब कास्तकारांच्या लेकींची आणि त्यांच्या स्वप्नांची कशी माती होते हे या प्रातिनिधिक स्त्रीप्रतिमेतून जाणवते.

''बायकोच्या आयुष्यावर नवऱ्याचा हक्क पण नवऱ्यावर मात्र बायकोची काहीच सत्ता नसते. त्याने ऊठ म्हटलं की उठायचं आन् बस म्हटलं की बसायचं.'' ही 'परायाची लेक' कथेतील नवविवाहित सासुरवाशीण केसरची व्यथा आणि 'पयस्याची मेख' मधील संपत्याच्या मुलीची व्यथा असो. अशा व्यक्ती गावोगावी विखुरल्या आहेत. त्यांच्या रूपरंगाला, नावाला, गावाला काही महत्त्व नाहीच.

प्रतिमा इंगोलेंच्या कथांमधून व्यक्तीच्या भोवतालच्या समाजाचेही बोलके चित्रण आढळते. लग्नाच्या बाजारात ''नवरामुलगा जितका साजरा तितका लगीन बाजारात त्याचा भाव अधिक. मुलगी मात्र साजरी असो की शिकलेली असो, स्वभावाने गुणांनी वरचढ असली तरी तिचा भाव मात्र मातीमोल.'' असेच या समाजाचे अलिखित नियम आहेत. ('सपन', 'डुबतीची पावलं'), ''पहिले गाव असं नव्हतं. आज इथले लोक शहराला भुलले होते. त्यांना एकमेकांबद्दल कळवळा नव्हता. कोणाचं नुकसान झालं, कोणाचं घर जळत असलं, नवरीच्या आईला भोवळ येत असली आणि बाप भुताने झपाटल्यागत हिव भरल्यासारखा थरथरत असला तरी सारं गाव नुसती गंमत बघायला जमत होतं.'' ('पयस्याची मेख' - 'डुबतीची पावलं')

'मायमका' ही कथा मात्र व्यक्तिचित्रणप्रधान कथा आहे. पैशाएवढं कुंकू लावणारी, सगळ्या वाड्यालाच पदराखाली घेणारी पांढरी आजी, उंचीपुरी, रंगाने गोरी, नाकात नथ, कानात पानबाया, बुगड्या, गळ्यात वज्रटीक, पुतळ्यांचं गाठलं

आन् दशावतारी गाठलं, हातात तोडे-अट्टासे अशी ५२ तोळे सोन्याची लेणी अंगावर वागवणारी पांढरी आजी आणि तिचा दरारा, चतुरपणा याचे उत्कृष्ट चित्रण लेखिकेने या कथेत केले आहे.

भाषाशैली -

प्रतिमा इंगोले यांच्या कथेचे बळ तिच्या शैलीत आहे. म्हणी, वाक्प्रचारांच्या चपखल वापरामुळे या कथांच्या आशयाला स्त्रीत्वाचा गंध आणि स्पर्श लाभला आहे.

म्हणी व वाकप्रचार -

१. चोर तं चोर अन खोर तं खोर, ('डुबतीची पावलं')
२. आईबाई नाळू दे, पानबाई घळू दे, ('डुबतीची पावलं')
३. इवा मोडून खिवा करन, ('डुबतीची पावलं')
४. चितलं ते होइल कसं? शिजलं ते पोटात जाईल कसं? ('डुबतीची पावलं')
५. हाती असला तोळा तं सतरंजीवर वळा आन हाती नाही चुळा तं कुकडे आली पिळा, ('परायाची लेक')
६. सूर्याले म्हना उगू नको आन् चंद्राले म्हना मावू नको, ('मायमका')
७. याच्या दारा त्याच्या दारा दोन लाथा अधिक मारा, ('वटी')
८. आकातली गाय अन् काटे खाय, ('पयस्याची मेख')
९. गिनती आल्या पन पंगती नाही आल्या, ('भोंड')
१०. वायल्या झाडाले पागोरा फुटावं तसे होने, ('भोंड')
११. दुक सोसे लेकरू आन भूक सोसे वासरू, ('भोंड')
१२. याचं ठिगळ त्याले ('कोवळी ढन्न')
१३. हात वला तं लागली बोला, हात कोळला त अबोला, ('कोळली ढन्न')
१४. पोटच्याची पाठच्याले येत नाई आन रगताचं नातं तुटल्यानं तुटत नाई, ('दिठ')
१५. तिच्या नखऱ्याईशी आन आपल्या झिपऱ्याईशी थोडाच कायी ताल पटते?, ('दिठ')
१६. कानी पडलं कनूसं, कामा ना काजाचं ('दिठ')
१७. हाती नायी लान आन तोंड केवूलवानं ('डोयाचा खेय')

■

-: ७ :-

‘हिरवे स्वप्न’

‘हिरवे स्वप्न’ हा प्रतिमा इंगोले यांचा पाचवा नवीन कथासंग्रह! प्रतिमा इंगोले हे नाव ग्रामीण कथाकार म्हणून वाचकांच्या मनात ठसलेले आहे. परंतु मुळातच प्रतिभेची कृपा असल्याने इंगोले यांनी वेगवेगळ्या विषयांवर बरंच लिखाण केलेलं आहे. परंतु त्या प्रामुख्याने कथालेखिका म्हणूनच ओळखल्या जातात. विदर्भातले एक सशक्त नाव म्हणून प्रतिभा इंगोलेंनी नाव कमावले आहे.

त्यांच्या ‘जावायाचं पोर’ आणि ‘लेक भुईची’ ह्या दोन कथासंग्रहातून त्यांच्या कथेबद्दलच्या अपेक्षा उंचावल्या होत्या. ग्रामीण स्त्रियांच्या वाट्याला येणाऱ्या व्यथा-वेदनांचे आशय व अभिव्यक्तीच्या एकरूपतेतून त्यांनी एक वेगळेच दर्शन वाचकांना दिले होते. पांढरपेशा जीवनापेक्षा त्यांच्या कथेतील पात्रे ही ग्रामीण व्यक्तींभोवती अधिक बेतलेली आहेत. सुख-दु:खाचे चढ-उतार आणि त्यांचे जीवनाशी असलेले अतूट नाते, प्रतिमाताई यथार्थपणे चित्रित करतात. एक लोभस भाषाशैली त्यांच्या लेखणीला लाभली आहे. अंतर्मुख होऊन जीवनाच्या वास्तवाकडे त्यांची कथा बघते. जीवनाच्या तळाशीच दडलेल्या दु:खाचे अत्यंत हृदयस्पर्शी चित्रण प्रतिमा इंगोले करतात.

कथावस्तू -

‘हिरवे स्वप्न’ यातील कथाही या दोन संग्रहातील कथांप्रमाणेच सुख-दु:खाचाच आलेख आहे. मात्र, पहिल्या संग्रहानी जे वास्तवाचे सच्चेपण अनुभवास आले ते ‘हिरवे स्वप्न’ मध्ये कथा पॉलीशड् झाल्यात असे म्हणावे लागेल. तरीही पुलाचं वावर, आषाढ, गहिवर, करपलेलं कुंकू, अशा काही कथांचा आवर्जून उल्लेख करावा लागेल.

‘पुलाचं वावर’ मध्ये शेत विकत घेण्याचा साधा विषय; पण लेखिकेने

हळुवार संवेदनशीलतेने ती कथा हाताळून मनस्वीपण जपले आहे. ''स्वत:च्या नणंदेनेच आपले शेत विकत घ्यावे'' यात एवढे मनाला लावून घेण्यासारखे नव्हते हे त्यातल्या घराच्या लक्ष्मीला कळते. पण त्या 'पुलाच्या वावरा'शी तिचे जे नवऱ्याशी प्रेमसंबंध जुळले होते ते तिने कोयरीत कुंकू जपावे असे जपून ठेवले होते. तेच शेत आज विकायचे ही कल्पना तिला सहन होत नव्हती.

तशी तर नणंदही तिच्या मैत्रिणीसारखीच. नवरा गेल्यामुळं तर तिच्यावर खूपच माया जडवलेली. पण तरीही तेच शेत तिच्या नावावर करून द्यायचं या कल्पनेने तिला अस्वस्थ करून सोडलं होतं. ही तिच्या मनातली अस्वस्थता, तिची मानसिकता आणि नणंद-भावजयीचे असलेले स्नेहार्द्र-संबंध या कथेभरून वाहत राहतात. 'पुलाच्या वावरा'तली माती- त्या वावराचीच जणू ती मुलगी- भूमिकन्या होती. मातीवर असणाऱ्या प्रेमाची साक्ष म्हणजे स्त्रीची सृजनताच लेखिका व्यक्त करते. हा अनुभव फक्त स्त्रीच घेऊ शकेल असा- स्त्रीवादी कथा म्हणता येईल इतकी ती कथा लेखिकेच्या अनुभूतीतून साकार झाली आहे. त्यातला निसर्ग, त्यातलं घर सारंच त्या लक्ष्मीला खुणावणारं..... तरीही शहरातल्या घराच्या कल्पनेने ती हुरळून जात नाही. कुठेतरी खेडं आणि शहर यातील सीमारेषा जाणवतच राहते आणि म्हणून तिच्या पुलाच्या वावराच्या प्रेमाची नाळ आपल्यापर्यंत पोहचते.

भाषाशैली -

लेखिकेची भाषा रसाळ आहे. तिला कृत्रिमतेचा गंध नाही. त्यामुळे सहजता हा गुण तिथे मनाला भावतो. 'अखरी' या कथेतही केवळ 'चांगोनाला मुलगा होणे' या स्त्रीस्पर्शित कथेबरोबर वाचक रेंगाळत राहतो. 'हिरवे स्वप्न' यातील एकूणच कथा या 'घरसंसाराच्या कथा आहेत; पण तरीही जी 'कथाबीजे' आहेत ती वैचारिक पातळीवरची आहेत. लेखिका समरसून सांगितल्यासारखी कथा सांगत जाते. त्यामुळेच ती रसपूर्ण होते.

साध्या वाटणाऱ्या घटनांतून कथा कधीकधी अंतर्मुख होत जाते. काही कथांचे शेवट मनाला चटका लावून जातात. साधेच वाटणारे शब्दही कधी कधी अर्थघनता प्राप्त करून घेतात. 'पुलाचं वावर', 'हिरवे स्वप्न' सारख्या कथातून आयुष्याचा अर्थ शोधण्यासाठी नसून तो आतल्याआत जपण्याचा आहे हे सहजपणे रसिकांपर्यंत येते. मानवाच्या अस्तित्वाचा शोध घेण्याचा प्रयत्न काही कथांतून लेखिका करते. 'करपलेले कुंकू' किंवा 'पुरावा' यासारख्या कथा त्यादृष्टीने बघता येतील.

आशावादी चित्रण -

एकूणच प्रतिमा इंगोले या खेड्यातल्या 'स्त्री' च्या सुख-दु:खांची दखल घेतात. मात्र, असे करत असताना शहरी अनुभवही तपासून पाहतात. ग्रामीण भागातले अशिक्षितपण जसे त्यांना दिसते तसेच पुस्तकी ज्ञानाचा आणि खोटेपणाचा स्पर्श न झालेले ग्रामीण जीवनही त्यांच्या कथेत भेटते.

खेड्यातल्या निर्मळ प्रवाहाचे, तिथल्या मोठ्या घरच्या, वाड्यातल्या स्त्रीजीवनाचे, नणंद, भावजय, सासू-सून या नात्यांच्या ताणतणावांचे चित्रण त्या त्यांच्या तजेलदार भाषेतून करतात. म्हणूनच त्यांनी ग्रामीण जीवनातले अंत:स्पर्शी अनुभव वाचकांना यापुढेही आपल्या कथांतून द्यावे, ही अपेक्षा रुंदावत जाते. ग्रामीण आणि शहरी जीवनाच्या व्यावहारिक बाजूही त्या कथांतून नेमकेपणाने उलगडत जातात. पण त्याचबरोबर खेड्यातल्या शेताचे, मळ्याचे, त्या मातीतले कोवळे संदर्भ आणि कोमलपणाही कथेत आणतात. त्यामुळेच त्यांची कथा ही हळुवार होते. हे हळुवारपण जपायला त्यांनी ग्रामीण स्त्रीचे अनुभव अधिकाधिक स्त्रीवादी दृष्टिकोनातून अनुभवून वाचकांपुढे ठेवले, तर कथेचे दालन समृद्ध झाल्याशिवाय राहणार नाही. याची साक्ष ह्या कथासंग्रहामुळे पटते.

■

-: ८ :-

'अंधारपर्व'

काजळलेल्या शिक्षणक्षेत्राचे चित्रण

डॉ. प्रतिमा इंगोले यांचा 'अंधारपर्व' हा एकूण नऊ कथा असणारा कथासंग्रह १९९९ साली प्रसिद्ध झाला. शिक्षणक्षेत्र, तेथील संबंधित माणसे, शिक्षक-विद्यार्थी-पालक आणि भोवतीचा समाज यांची परंपरेने चालत आलेली रूढ कल्पना या कथांमधून रंगवलेली नाही. यातील बऱ्याच दीर्घ कथांच्या अवकाशातून ग्रामीण पार्श्वभूमी, तेथील शिक्षणासारख्या पवित्र क्षेत्रात राजरोसपणे बोकाळलेली अनीती, भ्रष्टाचार हे धगधगते वास्तव रेखाटण्याची धडपड लेखिकेने अंतरीच्या उमाळ्याने केल्याचे जाणवते.

या कथांमधील मास्तर, प्राध्यापक, त्यांचे जगणे, यश म्हणजे पैसा असे मानून त्यासाठी चाललेली केविलवाणी धडपड, तडजोडी करताकरता भ्रष्टाचारात त्यांचे मुरून जाणे हे सगळेच अनेक घटनांमधून त्यांनी अधोरेखित केले आहे. याच समाजात शिक्षणक्षेत्रात मोठ्या अपेक्षेने प्रवेशिलेल्या शिक्षिकांची कशी कोंडी केली जाते, याचेही लेखिकेने केलेले चित्रण चांगलेच अंतर्मुख करणारे आहे.

जीवनाची सगळी क्षेत्रे राजकारण्यांच्या ताब्यात गेली आहेत आणि शिक्षकसुद्धा स्वार्थासाठी, भरभराटीसाठी या अन्याय्य गोष्टींची तळी उचलून धरतो. विद्यादानाचे कर्तव्य विसरून भ्रष्ट राजकारणात रंगून जातो, हाताखालच्यांना राबवून घेणाऱ्या आणि वरच्यांची हांजीहांजी करणाऱ्या महाभागांना 'आदर्श शिक्षक' म्हणून शासकीय पुरस्कार देण्यात येतात. पुढची पिढी जर अशी घडेल म्हणजे बिघडेल तर या देशाचे भविष्य निराशाजनक असणार या आशंकेनेच या 'अंधारपर्वा'चा वेध या कथांमधून तळमळीने घेतला आहे. नेहमीप्रमाणेच आवश्यक तेथे बोली भाषेचा हलकासा उपयोग त्यांनी केला आहे.

तसे म्हटले तर विद्यार्थी-शिक्षक यांच्या एक प्रकारच्या पराभवाच्याच या कथा आहेत. खरे तर महात्मा जोतिबा फुल्यांनी समाजाला शिक्षणाचे महत्त्व समजावून सांगितले. 'खिळ्यामुळे नाल गेला, नालामुळे घोडा गेला, घोड्यामुळे

स्वार गेला, स्वारामुळे राष्ट्र बुडाले, एवढा अनर्थ एका अविद्येने केला.' हे त्यांनी समाजमनावर बिंबवले. शाळा निघाल्या आणि तळागाळातील लोकांचे शिकण्याचे स्वप्न साकारले. खरे तर हा बदल आशादायी होता, स्वागतार्ह होता. पण या शिक्षणाला राजकारणाचे आणि राजकारण्यांचे गालबोट लागले. भ्रष्टाचार हाच येथील शिष्टाचार झाला. शिक्षणसंस्था हस्तगत केलेल्यांचा उन्माद आणि शिक्षक तसेच समाजाची नियतीशरणता, चुकीच्या विचारांमुळे भरकटलेली, गुणवत्ता घसरणीला लागलेली आणि शिकून शहाणी न झालेली शिक्षित पिढी याचे चित्रण कसे करण्यात आले आहे ते बघणे महत्त्वाचे आहे.

प्रतिमा इंगोले यांचे आजोबा स्वातंत्र्यवीर बापूसाहेब ढाकरे हे जुन्या काळातले एक खरेखुरे आदर्श शिक्षक होते. ज्ञानदानाचे व्रत त्यांनी घेतले होते. त्यांच्या तपाला लेखिकेने जवळून पाहिले होते. त्या तुलनेत शिक्षणाची आजची स्थिती लेखिकेचे मन विदीर्ण करून गेली असेल यात नवल नाही. हिंसक, दुराग्रही आणि बेशिस्त विद्यार्थी आणि कर्तव्याचे भान न उरलेले पोटार्थी शिक्षक यात शिक्षणाचा आत्माच हरवल्याचे लेखिकेला जाणवले. या अनुभवातून 'प्रतिष्ठित', 'अंधारपर्व', 'नाममात्र' आणि 'प्रवाहावेगळा' या चार कथा साकार झाल्या आहेत. या चारही कथांच्या केंद्रस्थानी पुरुष शिक्षक आहेत.

कथावस्तू -

'प्रतिष्ठित' या कथेचा नायक प्रा. ओरबडे हा खरे तर सत्शील कुटुंबात जन्मला आहे. पण तो सतत बारमध्ये दारू ढोसतच बसलेला असतो. शेटच्या मुलाचे मार्कस् वाढवण्यासाठी त्याने नुकतेच भरपूर पैसे लाच म्हणून घेतले असतात. अवैध पैशातून व्यसन करायचे आणि व्यसनाच्या बेभान स्थितीत अवैध, भ्रष्ट जगायचे या दुष्टचक्रात तो अडकलेला असतो. स्वत:च्या या सर्वनाशाचे खापर तो श्रीमंत घरातून आलेल्या त्याच्या पत्नीवर फोडत असतो. कारण तिच्या हौशीखातर, प्रयत्नांची पराकाष्ठा करीत वरिष्ठ महाविद्यालयात प्राध्यापक म्हणून नेमणूक करून घेण्यासाठी त्याने अनेक लटपटी केल्या असतात. वरच्यांची हांजी हांजी करणे, पैसे खायला घालणे कशातही तो कमी पडला नसतो. एम. फिल. साठी वर्णी लावून घेण्याची युक्तीही त्याला अवगत होते.

पैसा हा माणसापेक्षा मोठा असतो हा धडा त्याने मनात ठसवला आणि ठरविले की कोणाच्या यशासाठी दुसऱ्या कोणा बिचाऱ्याला बळी जावेच लागते. जगाच्या या कठोर न्यायाचे समर्थन करीत एका विधवेची महाविद्यालयातील जागा

त्याने बळकावली. आपली आई प्रामाणिकपणे कष्ट करत कशीबशी जगली आणि खंगत मेली. आपण असे सरळपणे, गरीबवाणे जगायचे नाही असेच ब्रीद त्याने स्वीकारले.

भिंतीवर टांगलेल्या फोटोतून अवतरलेली आई त्याच्या या अनीतिमान वागण्याचा त्याला जणू जाब विचारते आहे, असा त्याला भास झाला. हे त्याचे पापभीरू मन त्याला जणू सवाल करत होते. "वरिष्ठ महाविद्यालयात प्राध्यापक होण्यासाठी किती लटपटी केल्या. जात बदलून घेतली, पैसे चारले, बाई-बाटलीचा उपयोग केला आणि ओरबडे या नावाला सार्थ करत हवे ते पद ओरबाडून घेतले त्याने" ही आईची खंत त्याने सहजपणे स्वत:च्या मनातून काढून टाकली.

आजचे त्याचे प्रतिष्ठितपणाच्या बुरख्याआडचे जगणे, त्यातली ऐट, हे सगळे कसे हातातून निसटू द्यायचे? परवाच तर त्याने 'भ्रष्टाचाराने देशाचे किती आणि कसे नुकसान झाले.' या विषयावरचे अध्यक्षीय भाषण गाजवले. विद्यापीठांच्या अनेक समित्यांवर, कमिट्यांवर, मंडळांवर तो नेमला गेला होता. शिक्षण दरबारात त्याचे वजन वाढले होते. त्याच्या शब्दाला किंमत होती, त्याच्या पिण्याच्या व्यसनाचेही कौतुक होऊ लागल्याने असा प्रतिष्ठितपणाच कायम ठेवायचा निर्णय प्रा. ओरबडेंनी घेतला. अशा स्वरूपात प्राध्यापकांचे प्रातिनिधिक चित्रण लेखिकेने धीटपणे केले आहे.

कथासंग्रहाचे शीर्षक असणारी 'अंधारपर्व' ही कथा ज्ञानक्षेत्रावर जमलेल्या काजळीला शब्दांकित करणारी कथा आहे. लहानशा खेड्यात वडिलोपार्जित शेती करणाऱ्या एका गरीब कास्तकाराच्या मुलाची ही व्यथाच या ठिकाणी उलगडत जाते.

हा गरीब मुलगा प्रकाश खेचूनच शाळेत आणला जातो. मारोतीच्या देवळात नवीनच उघडलेल्या शाळेच्या पटावर विद्यार्थी तर असायला हवेत म्हणून इतर अनेक पोराटोरांसंगत यालाही शाळेत धरून-बांधून आणून टाकतात. प्रकाश लवकरच लिहिणे-वाचणे शिकू लागतो. पहिल्या नंबराने पास होऊ लागतो. त्याच्या लक्षात येते की वर्गशिक्षक आपल्याशी वागताना भेदभाव करतात. अभ्यासात त्याच्यापेक्षा खूपच 'ढ' असणारी मुले परीक्षेत त्याच्यापेक्षा अधिक गुण मिळवून वर गेलेली तो पाहतो. याबाबत कुठे तक्रार करावी? आपली दखल कोण घेईल? याबाबत तो बिचारा असाहाय्यच राहतो.

मॅट्रिक झाल्यावर नोकरी मिळवायची तर डी. एड. तरी करायला हवे, नाही तर बी. ए. करायला हवे असे जेव्हा प्रकाश वडिलांना सांगतो, तेव्हा नाल्यापल्याडचं वावर वडिलांना विकावं लागतं. बी. ए. झाल्यावर त्याच्या बी. एड. साठी गावाबाहेरचं वाडगं त्यांना विकावं लागतं. ते खचत जातात, मुलगा मदतीला येण्याऐवजी शिकतो तेवढा अधिक भारभूत होतो आहे, असा विपरीत अनुभव त्यांना दु:खी

करत जातो.

शिकलेल्या प्रकाशला शेतीची कामे करण्याची लाज वाटू लागते. ती कष्टाची कामे त्याला झेपेनाशी होतात. वडिलांचे प्राण कंठाशी आले तरी प्रकाश हाताशी येत नाही. मुलाखतीचे हेलपाटे, तात्पुरत्या नोकरीत पूर्ण पगार कधीच हातात न येणे, नोकरीची ऑर्डर काढण्यासाठी पैशांची उघडपणे मागणी, तात्पुरतीही नोकरी मिळवायला, टिकवायला पैशांचा रतीब चालू ठेवायचा अवैध मार्ग, प्रकाशलाच नव्हे तर ज्ञान प्रकाशासाठी धडपडणाऱ्या अनेकांना गर्द काळोखात ढकलून देतो, हा वास्तव अनुभव म्हणजेच ही कथा आहे.

प्रामाणिक प्राध्यापक या शिक्षणव्यवस्थेत कसा केवळ नाममात्र असतो, याचे चित्रण 'नाममात्र' या चपखल शीर्षक लाभलेल्या कथेतून केले आहे. दर स्नेहसंमेलनात महाविद्यालयात भानगडी उभ्या राहतात. शिकवणे, एक्स्ट्रा करिक्युलर हे सगळेच कसेबसे उरकणारे चाणाक्ष प्राध्यापक या कष्टांपासून स्वत: अलिप्त राहतात. नवा लेक्चरर बिचारा परिस्थितीच्या अज्ञानापायी आणि उत्साहाच्या भरात नाटक बसवण्याच्या जिकिरीच्या कामात अडकतो. प्रभारी प्राध्यापक म्हणून हा विद्यार्थ्यांनाही मान्य असतो. घरचे कार्य पार पाडण्यासाठी खपावे तसाच तो स्नेहसंमेलनासाठी खपू लागतो.

विद्यापीठाचे कुलगुरू स्नेहसंमेलनाला प्रमुख पाहुणे म्हणून येणार असतात. स्वागतगीत तयार करण्याचे कामही या हौशी, नवाड्या प्रभारी प्राध्यापकाकडे सोपवले जाते. अत्यंत कष्टपूर्वक तो एक सुंदर स्वागतगीत रचतो आणि बाकीच्या तयारीला लागतो.

स्नेहसंमेलनाच्या ऐनवेळी, स्वागतगीत गाणाऱ्या मुली, 'त्यांना वाद्यांची साथ देणारी मुले विरुद्ध पॅनेलला मिळाली आहेत म्हणून दगा देतील' असे कारण पुढे करून त्याचे ते स्वागतगीत रद्द करण्यात येते. त्यानंतरच्या प्रत्येक घडामोडीने, निर्णयाने त्याच्या हेच लक्षात येते की आपण नाममात्र आहोत, सगळी सूत्रे विद्यार्थी नेत्यांच्या हाती आहेत.

अहवालवाचनासाठी अहवाल तयार करण्याचे काम त्याला सांगितले जाते आणि ऐनवेळी त्याने कष्टपूर्वक तयार केलेला अहवाल बाजूला सारून जुना अहवाल आकडे बदलून सादर केला जातो. लोकप्रिय वक्त्याचे व्याख्यान त्याच्या ओळखीआधारे ठरवण्यात येते आणि वेळेवर तो वक्ता गैरहजर राहतो. ऐनवेळी या बिचाऱ्याला व्याख्यानासाठी उभे केले जाते. जीव तोडून, सर्वस्व पणाला लावून तो विषयाला न्याय देण्यासाठी धडपडत असतो, तेव्हा त्याचेच सहकारी मागे बसून त्याची कुचेष्टा करताना त्याला दिसतात. यापुढे प्रभारी प्राध्यापक व्हायचे नाही, कर्तव्यापासून कमलपत्रासारखे

अलिप्त राहायचे, हा धडा शिकणारा प्रातिनिधिक प्राध्यापक यात आहे.

झाकोळत चाललेल्या विद्येच्या प्रांगणात एखादा प्रवाहावेगळा माणूस प्रवाहाविरुद्ध जाण्याची धडपड करतो. त्याची या भ्रष्ट व्यवस्थेत कशी दयनीय स्थिती होते हे 'प्रवाहावेगळा' या कथेतून फार नेमकेपणे दाखवले आहे.

या कथेचा नायक म्हणजे सामान्य माणसाचा एक सामान्य मुलगा. प्रचंड मेहनत घेऊन अभ्यास करत तो परीक्षेत पास होत जातो. त्याच्याच बरोबर असलेला सुमार बुद्धीचा असणारा मंत्र्याचा मुलगा त्याच परीक्षेत सुवर्णपदकाचा मानकरी झाल्याचे तो पाहतो.

खेडेगावात नुकत्याच उघडलेल्या एका महाविद्यालयात त्याला पहिली नोकरी मिळते. वर्षभर प्रामाणिक काम केल्यावर परीक्षेत तो पाहतो की, परीक्षेला बसलेली मुले राजरोसपणे पुस्तके समोर ठेवून उत्तरे लिहितात. शिक्षक आणि प्राचार्यांचा त्यांना पाठिंबा आहे. त्यावेळी तर रजा घेऊन त्याने स्वत:च्या तत्त्वांना राखण्याचा प्रयत्न केला; पण नंतरच्या वर्षी त्या पदावर त्याला पाणी सोडावे लागले.

नंतरच्या वर्षी खूप उंबरठे झिजवल्यावर तालुक्याच्या गावी 'पूर्ण पगारावर सही करून अर्धाच पगार हाती मिळेल' या अटीवर एक नोकरी मिळाली. पुन्हा एकदा संस्थेच्या अध्यक्षांचा भाचा कॉपी करत असल्याचे पाहून त्याने विरोध केला आणि याही नोकरीवर त्याला पाणी सोडावे लागले.

आश्चर्य म्हणजे त्याच्या हुशारीची, कामसूपणाची, मेहनतीची कल्पना मंत्र्याच्या मुलाला होती. आपले वजन खर्च करून त्याने आपल्या या अतिप्रामाणिक मित्राला पुन्हा नोकरी मिळवून दिली. पण त्याचे इमान आडवे येतच गेले. कॉपी करणाऱ्या मुलांना त्याने पकडले आणि परीक्षेत अवैध मार्गाचा अवलंब करणाऱ्या गुंड विद्यार्थ्यांनी या प्रवाहावेगळ्या शिक्षकाला मारहाण करून जखमी केले. हे वाचताना प्रामाणिकतेची चाड असणारे वाचक व्यथित झाल्याशिवाय राहत नाहीत.

'अंधारपर्व' कथासंग्रहात 'विद्यादान', 'बदलते रंग', 'ठिणगी', 'विनावेतन' आणि 'गुरुदक्षिणा' या पाच कथांच्या केंद्रस्थानी स्त्री आहे. शिक्षण घेतल्याने शिक्षिकेची, प्राध्यापिकेची नोकरी स्त्रियांना मिळते. मात्र, त्यांचे शोषण किती प्रकारांनी होते त्याला धीटपणे वाचा फोडण्याचे काम प्रतिमा इंगोलेंनी या कथांमधून केले आहे.

व्यक्तिचित्रणे -

'विद्यादान' कथेची नायिका आहे निलू. तिचे वडील एक प्रामाणिक शिक्षक होते. मुलांच्या अभ्यासातील अडचणी सोडवणे, प्रत्येकाला विनामूल्य मार्गदर्शन

करणे हे त्यांचे आवडीचे काम होते. दिवसभर ते शाळेत विद्यादानात रमत, घरीही त्यातच रमत असत. विद्यादानासारखे दुसरे पवित्र दान नाही आणि विद्या मिळवून दुसऱ्यांना देण्याने आत्मिक समाधान लाभते असे ते मानत.

निलूला हेच वळण लाभले होते. विद्यार्थ्यांना शिकवण्यात आगळं सुख असावं हेच तिचेही ठाम मत होते. शिक्षिकेचाच व्यवसाय पत्करण्याचे तिने खोल मनात जपलेले स्वप्न लग्नाच्या कोलाहलात जणू विरले. पण संसारात रमली असतानाही मोठ्या जिद्दीने निलू स्वप्नपूर्तीसाठी धडपडू लागली.

वाट बघता बघता ऑनररी म्हणून कॉलेजात रुजू होण्यासाठी तिला बोलावणे आले. तिने उत्साहाने वाचन सुरू केले. शिकवण्याची तयारी ती झपाटल्यागत करू लागली. घरची कामे भराभर उरकायची तिला ओढ लागली.

पण शिकवणे सुरू झाले आणि तिच्या मनात निराशा दाटून आली. अभ्यासक्रम समजून घेण्याची यत्किंचितही गरज विद्यार्थ्यांना भासत नव्हती. त्यांना फक्त नोटस् हव्या होत्या. स्वत्व विकणे, तत्त्वांना मुरड घालणे निलूला जमेना. विद्यादानाऐवजी विद्येचा हा बाजार मुलांना हवा हे पाहून निलू खिन्न झाली हेच या कथेचे मर्म आहे.

'बदलते रंग' या कथेच्या केंद्रस्थानी प्राध्यापिकाच आहे. अनेक गुण अंगी असणारी ती शारदोत्सवातील लागोपाठ चार व्याख्याने आटोपून घरी परतलेली असते. प्रवास, जागरण, व्याख्याने यामुळे शारीरिक आणि मानसिक थकव्याने उबगली असतानाच कॉलेजात मुक्तगिरीच्या सहलीचा घाट घातला जातो. मुलींना सहलीला न्यायचे तर बरोबर शिक्षिका हवी म्हणून तिला गळ घातली जाते. आधीच पाच दिवसांची दगदग, त्यात ही भर तिला भीड मोडवत नाही.

सारे शहर गुलाबी झोपेत मग्न असतानाच, पहाटेच्या झोंबत्या गार वाऱ्यांनी अंगावर शिरशिरी येत असतानाच मुलं तिला उठवण्यासाठी तिच्या दारावर थापा मारू लागतात. बस मात्र उगवते चांगली आठ वाजता. त्यातच पावसाची झड सुरू होते. मिळेल त्या जागेवर प्राध्यापिकेला बसावे लागते. जवळची खिडकी बंद होत नाही आणि थंडी, वाऱ्याने ती काकडायला लागते.

विदर्भाचे सांस्कृतिक केंद्र असणाऱ्या नागपूरला व्याख्यानासाठी जायचे, त्यासाठी जबरदस्त तयारी करायची ही तिच्या मनातील योजना त्या संततधारेने वाहून जाण्याच्या मार्गावर असते. इकडे मुलांनी वॉटरबॅग, होल्डॉल यांच्या प्रमाणेच एक गरजू वस्तू म्हणून आपल्याला सहलीला आणले आहे, त्यांच्या रंगत्या मैफिलीत आपली असून अडचण नसून खोळंबा अशी केविलवाणी स्थिती असल्याचे तिला स्पष्टपणे दिसून येते.

परतीच्या वेळी तर परतवाड्याला इंग्रजी पिक्चर पाहण्यासाठी मुलं हट्ट करू लागतात. लवकर गावाला परतण्याचे आश्वासन आपण मॅडमना दिले होते त्याचा सोईस्कर विसर त्यांना पडतो. कळस म्हणजे गावापासून आणि तिच्या घरापासून बऱ्याच दूरच्या अंतरावर तिला बसमधून उतरावे लागते. भिजत भिजत, पायी पायी घरी परतावे लागते. प्राचार्य तिची सुटी नामंजूर करतात. विद्यार्थी; पालक, व्यवस्थापक सगळ्यांचे हे मतलबी, बदलते रंग कोणाही प्रामाणिक व्यक्तीला अस्वस्थ करणारेच आहेत.

शिकली सवरलेली अनेक सद्‌गुण अंगी असणारी स्त्री अनेक व्यवसायांमध्ये आघाडी घेऊन वावरू लागली. मात्र, अनेकदा सन्मानाऐवजी अपमान, कामुकता, विषयलंपटपणा याचा कटु अनुभव तिच्या वाट्याला आला. घटनेने देऊ केलेली स्त्री-पुरुष समानता कागदोपत्रीच राहिली आणि घरीदारी विलक्षण कोंडीचा अनुभव तिला गुदमरून टाकू लागला. 'ठिणगी' या कथेत ठिणगीसारखे लखलखीत तेजस्वी व्यक्तिमत्त्व लाभलेली प्राध्यापिका नोकरीच्याबाबत मुद्दाम कशी कायम अंधातरी ठेवली जाते हे लेखिकेने उघड केले आहे. 'स्वाती' ही ठिणगीसारखी तेजस्वी स्त्री आपल्या मनाला प्रश्न विचारते की, 'विषयलंपट प्राचार्यांनी केलेला अन्याय आपण का सहन करायचा?' यापुढच्या काळात स्त्री असा अन्याय कदापि सहन करणार नाही असे आशादायक भविष्य जणू स्वातीच्या माध्यमातून लेखिकेने रंगवले आहे.

'विनावेतन' या कथेत शिक्षणक्षेत्रातील शोषणाचेच चित्रण 'ऑनररी' म्हणून काम करणाऱ्या प्राध्यापिकेच्या माध्यमातून केले आहे. या प्राध्यापिकेचा नवरा ऑफिसर आहे आणि त्याची नोकरी बदली होणारी आहे. विवाहापूर्वीची तिची कायम स्वरूपाची नोकरी लग्नानंतर तिला सोडावी लागते. नवीन गावात गेल्यानंतर तेथील महाविद्यालयात ती ऑनररी म्हणून रुजू होते. शिकविण्याचा एक सात्त्विक आनंद आपणास लाभावा एवढाच यामागे तिचा हेतू असतो. पण काम करता करता तिच्या लक्षात येते की, विनावेतन काम करणाऱ्या व्यक्तीबद्दल कोणाच्याही मनात थोडाही कौतुकाचा भाव नाही. तिला पूर्वीचा काळ आठवतो. तेव्हा विनावेतन करणारा काम माणूस आदर्श शिक्षक मानला जाई. पैशांभोवतीच फिरणाऱ्या आजच्या जगात अशा नि:स्वार्थी माणसाला, मूर्ख, बावळट किंवा चक्क नालायक समजले जाते. हे धक्कादायक वास्तव तिला चटका देऊन गेले.

बदलते भयानक वास्तव -

आजच्या विद्यार्थ्यांना तर कोणत्याही प्राध्यापकाबद्दलच नव्हे, तर कोणत्याही व्यक्तीबद्दल तिळमात्र आदर नाही हे कटु सत्य तिने नोंदवले. अनेक घटनांमधून

तिच्या या निरीक्षणाला दुजोरा मिळत गेला.

एकदा महाविद्यालयात काही सांस्कृतिक कार्यक्रम होता. कार्यक्रमातही मुली नव्हत्या आणि श्रोत्यांमध्येही त्यांची अनुपस्थिती जाणवत होती. मुलींना कार्यक्रमासाठी बोलावून आणण्याचे तिला अजिबात न रुचणारे काम तिच्यावर लादण्यात आले. जबाबदारी तर अशा विनावेतन काम करणाऱ्या प्राध्यापिकेवर लादायची; पण तिला कोणताही फायदा मिळू द्यायचा नाही, या अन्यायाने व्यथित झालेली प्राध्यापिका आणि तिची खंत यांना या कथेतून लेखिकेने वाचा फोडली आहे.

या कथासंग्रहातील शेवटची कथा आहे 'गुरूदक्षिणा'. पुरोगामी विचारांच्या प्राध्यपिका श्रद्धाबाई या कथेच्या केंद्रस्थानी आहेत. शिक्षणक्षेत्राचा जवळून अनुभव घेतलेली ही प्राध्यापिका पन्नाशीला पोहचलेली परिपक्व विदुषी आहे. जेव्हा श्रद्धाबाईंनी एक खेडेवजा गावात नोकरीची सुरुवात केली होती, तेव्हा महाविद्यालयात मुली येत नसत. आपल्या मुलींना महाविद्यालयात पाठवणे पालकांना अजिबात आवडत नसे. श्रद्धाबाई घरोघर गेल्या. पालकांना भेटून मुलींना शिक्षण देण्याचे महत्त्व त्यांनी समजावून सांगितले. महाविद्यालयात मुलींची सर्वतोपरी काळजी घेतली जाईल, अशी हमी श्रद्धाबाईंनी घेतली. मोजून चार-पाच मुली महाविद्यालयात येऊ लागल्या.

आणि घडले असे की त्यांच्यापैकी जी मुलगी दिसायला जरा बरी होती तिचे नाव कॉलेजच्याच पोरांनी सडकेवर लिहून ठेवले. श्रद्धाबाई स्वत: चपराशाला बरोबर घेऊन गेल्या आणि जिकडे-तिकडे खरडलेले ते नाव पुसून महाविद्यालयात परतल्या. नंतर श्रद्धाबाईंना कळले की, मुलींची खोडी काढणारा मुलगा राजरोसपणे उजळ माथ्याने गावात वावरतो आहे. त्याच्याविषयी कोणी तक्रार करण्याची हिंमत दाखवली नाही. त्याला या गैरवर्तनाबद्दल शिक्षा ठोठावणे तर दूरच राहिले.

एका कॉलेजच्या या टारगट मुलांनी एका चांगल्या दिसणाऱ्या मुलीला पळवून नेले. मुलांच्या गुंडगिरीला, अरेरावीला पाठीशी घालणारे लोक गावात अधिक होते. श्रद्धाबाई एकट्या या दुर्वर्तन करणाऱ्यांना पाठीशी घालणाऱ्यांचे समर्थन करणाऱ्या संवेदनाहीन लोकांशी टक्कर कशा देणार होत्या?

श्रद्धाबाईंनी अनुमान काढले की, शिक्षकांनी एकीकडे स्वत्त्व सोडले आहे. त्यामुळेच विद्येच्या पवित्र अशा मंदिरात अशा लाजिरवाण्या घटना वरचेवर आणि उजळमाथ्याने घडतात. विद्याविभूषित माणसांनी सत्तेपुढे गुडघे टेकावेत, स्वाभिमान गुंडाळून ठेवावा याची अतीव सल श्रद्धाबाईंना अस्वस्थ करत होती. शिक्षक, पालक सत्याची चाड न ठेवता गैरमार्गाने वावरणाऱ्या मुलांना यश मिळवून देतात. धवल-निरामय असणारे हे ज्ञान ज्यांच्याकडे सोपवायचे आणि ज्यांनी ज्ञानदीप उजळायचा त्याच माणसांची मने मात्र आज बरबटली आहेत हे श्रद्धाबाईंच्या मनात रेखले गेले.

आज गुरू कलंकित आहेत. शिक्षणक्षेत्राचे पावित्र्य धुळीला मिळाले आहे. येणारी पिढी या अंधारयुगाला चालना देणारी आहे आणि मावळती पिढी या अंधारपर्वाकडे जाणाऱ्या काळाची कशी साक्षीदार आहे, याचे अत्यंत तळमळीने केलेले चित्रण या कथासंग्रहातील नऊ कथांमधून विशेषत्वाने प्रत्ययास येते.

■

भाग - २

-: १ :-

'ग्रामीण कादंबरी'

ग्रामीण जीवनाला सर्वांगीण स्पर्श करणारी ग्रामीण कादंबरी आज नवेनवे प्रदेश काबीज करीत चालली आहे. कोकण, कोल्हापूर, सातारा, सांगली, मराठवाडा, विदर्भ, खानदेश अशा दूरदूरच्या प्रदेशातील ग्रामीण जीवन साकार करणाऱ्या कादंबऱ्या आज लिहिल्या जात आहेत.

१९०३ साली प्रकाशित झालेली रामचंद्र विनायक टिकेकर (धनुर्धारी) यांची 'पिराजी पाटील' हिच्यापासून ग्रामीण कादंबरीच्या प्रवाहाला प्रारंभ झाला असे मानले जाते. परंतु काही अभ्यासकांच्या मताप्रमाणे कृष्णराव भालेकर यांची 'बळीबा पाटील' (१८८७) ही कालमानाप्रमाणे पहिली ग्रामीण कादंबरी होय. मात्र, ग्रामीण साहित्याचे गाढे अभ्यासक व समीक्षक आनंद यादव यांना ही कादंबरी तंत्रदृष्ट्या अयोग्य वाटत असल्यामुळे तिला पहिली ग्रामीण कादंबरी मानायला ते तयार नाहीत. या दोन्ही कादंबऱ्यांचे कथानक 'दुष्काळ' या विषयाशीच संबंधित आहे. गावातील पाटील, शेतकरी व शेतमजूर या तिघांच्या जीवनात दुष्काळ आल्यानंतर कसे परिवर्तन घडते याचे चित्रण या कादंबऱ्यांमध्ये आहे.

"ज्यात आजचे व कालचे ग्रामजीवन, त्यांचे मनोव्यापार, सांस्कृतिक संवेदन सखोलपणे आणि सर्वांगीण स्वरूपात व्यक्त होते असे साहित्य म्हणजे ग्रामीण साहित्य होय." (मराठी ग्रामीण साहित्य : परिसर आणि प्रवाह: गो. म. कुलकर्णी, मेहता प. हाऊस, पुणे (१९९९) पृ. १९)

या दोन कादंबऱ्यांच्या नंतर ग्रामीण कादंबऱ्यांची निर्मिती काही काळासाठी थोडी थांबलेली होती. १९३० साली भा. वि. वरेरकरांनी 'सात लाखातील एक' ही कादंबरी लिहिली. खेड्यातून पोटापाण्यासाठी शहरात गेलेल्या कामगारांच्या हालअपेष्टा त्यांनी या कादंबरीत रंगवल्या होत्या. रा. शा. पाटील यांची 'सीता' (१९३१), ग. रा. वाळिंबे लिखित 'मोहित्यांची मंजुळा (१९३१), रामतनय यांची 'खरा उद्धार

(१९३६), वि. वा. हडप यांची 'अन्नदाता उपाशी' (१९३७) अशा कादंबऱ्यांची निर्मिती झाली.

मध्यमवर्गीय पांढरपेशा समाजाच्या चित्रणास आणि प्रेमाच्या त्याच त्या त्रिकोणास कंटाळलेल्या वाचकांना र. वा. दिघे यांच्या 'पाणकळा' (१९३९) या कादंबरीने एका वेगळ्या वातावरणात नेले. ग्रामीण जीवनाची पार्श्वभूमी घेऊन शेतकऱ्यांच्या जीवनातील सुख-दुःखे त्यांनी मनोरमपणे रंगवली. 'सराई', 'पूर्तता', 'निसर्गकन्या रानजाई', 'गानलुब्धा मृगनयना' आणि 'कार्तिकी' या त्यांच्या कादंबऱ्या निसर्गातील भव्यसुंदर शब्दचित्रे आणि काव्यात्म शैली यामुळे गाजल्या.

श्रीराम अत्तरदे यांची 'सावलीच्या उन्हात' (१९४०), शं. रा. भिसे यांची 'जंगलातील छाया (१९४०), वि. ल. बर्वे यांची 'मुचकुंददरी' (१९४०) या कादंबऱ्यांमध्ये आदिवासी आणि दारिद्र्याने पिडलेल्या मजुरांची आणि मालकवर्गाशी होणाऱ्या त्यांच्या संघर्षाची कहाणी रंगवली आहे. म. भा. भोसले यांची 'समरांगण' (१९४१), द. र. कवठेकरांची 'रेशमाच्या गाठी' (१९४२), वि. द. चिंदरकरांची 'महापूर' (१९४३), महत्त्वाची कादंबरी म्हणजे बा. सी. मर्ढेकरांची 'तांबडी माती' (१९४३), आणि १९४८ साली मर्ढेकरांनीच लिहिलेली 'पाणी', ग. ल. ठोकळ यांची 'गावगुंड' (१९४५) आणि वि. वा. शिरवाडकरांची 'वैष्णव' (१९४५) या बहुतेक कादंबऱ्यांमधून आधुनिकीकरणाने उद्ध्वस्त होत जाणाऱ्या ग्रामीण संस्कृतीचे, जीवनातील रौद्रभीषण वास्तवाचे दर्शन घडविले आहे.

स्वातंत्र्योत्तर काळात या कादंबरीचे आशयसूत्र प्रादेशिकतेच्या अंगाने विस्तारत गेले. श्री. ना. पेंडसे यांच्या 'एल्गार' (१९४८), 'हद्दपार' (१९५०), गारंबीचा 'बापू' (१९५२), 'हत्या' (१९५४), 'कलंदर' (१९५९), 'रथचक्र' (१९६२), 'तुंबाडचे खोत', (१९८७) अशा कादंबऱ्यांमधून कोकणातील हर्णेचा विशिष्ट प्रदेश आणि मानवी जीवन यातील एकरूपता प्रभावीपणे प्रत्ययास येते. चंद्रकांत बांदिवडेकर यांनी म्हटले आहे की, ''दिघे, दांडेकर, माडगूळकर यांच्या संदर्भात पेंडशांच्या प्रादेशिकतेचे आकलन करताना त्यांची कादंबरी कोकणी ग्रामीण वास्तवाचा एकात्म प्रत्यय घडवू शकत नाही.'' (मराठी कादंबरी : चिंतन आणि समीक्षा, आवृत्ती १ ली (१९८३) पृ. १०८)

बा. भ. बोरकरांची 'भावीण' (१९५०), मधु मंगेश कर्णिकांची 'वाडगीण' (१९५०) यातून कोकणात वास्तव्य करणाऱ्या वारली या जमातीच्या जीवनाचे चित्रण केले आहे. विभावरी शिरूरकर यांनी 'बळी' (१९५०) कादंबरीतून मांग-गारुडी समाजाचे चित्रण केले.

ठोकळ, दिघे, पेंडसे, मर्ढेकर आणि शिरूरकर या महत्त्वाच्या लेखकांनी

आपल्या कादंबऱ्यांमधून ग्रामीण प्रदेशातील अनेकविध जमातींचे चित्रण केले. मात्र, या कादंबऱ्यांपैकी अस्सल ग्रामीण संबोधण्यासारख्या फारच थोड्या कादंबऱ्या आहेत. पेंडसे यांची प्रादेशिक कादंबरीकार म्हणूनच खरी ओळख आहे. 'निसर्ग' हेच त्यांच्या कांदबऱ्यांमधील एक महत्त्वाचे पात्र असते.

गो. नी. दांडेकरांनीसुद्धा 'शितू' (१९५३), 'पडघवली' (१९५५), 'कुणा एकाची भ्रमणगाथा' आणि 'माचीवरचा बुधा' (१९५८), 'पूर्णामायची लेकरे' (१९५६), 'पवनाकाठचा धोंडी' (१९५५), 'आम्ही भागीरथीचे पुत्र' (१९५९) या कादंबऱ्यांमधून कोकण, विदर्भ, नौखाली, भाकरा नांगल, नर्मदा तीर या प्रदेशांचे चित्रण केले आहे. विशेषत: 'पूर्णामायची लेकरे' या कादंबरीत वऱ्हाडी जीवनाचे चित्रण आहे. तसेच वऱ्हाडी बोली भाषेतले संवाद या कादंबरीची खुमारी वाढवतात. 'जैत रे जैत' (१९६५) मध्ये ठाकर या आदिवासी जमातीच्या जीवनाचे चित्रण दांडेकरांनी केले आहे.

व्यंकटेश माडगूळकरांनी 'बनगरवाडी' (१९५५) या कादंबरीतून ग्रामीण वास्तवाचे प्रत्ययकारी दर्शन घडविले आहे निसर्गाधीन जीवन जगणाऱ्या ग्रामीण प्रदेशातील मानवसमूहाचे दर्शन माडगूळकरांनी घडवले. रम्य निसर्ग नाही आणि चित्ताकर्षक घटनाही नाहीत. तरीही राजाराम सौंदणीकर या शिक्षकाने सांगितलेल्या कथेशी आपण समरस होतो. 'वावटळ' (१९६४), 'कोवळे दिवस' (१९७९) आणि 'करुणाष्टक' (१९८२) या कादंबऱ्यांमधून ग्रामीण जीवनाचा आविष्कार त्यांनी केला.

वारणाखोऱ्यातील वीरनायक घेऊन अण्णाभाऊ साठ्यांनी 'फकीरा' (१९५९) ही कादंबरी लिहिली. रामोशी मांग आणि त्यांचे साथीदार यांची दु:खे त्यांनी चित्रित केली. उद्धव शेळके यांनी 'धग' (१९६०) या कादंबरीतून प्रचलित रचनातंत्र झुगारून वास्तवाचा नवा आविष्कार घडविला. शिंपी कुटुंबातील सामान्य स्त्री कौतिक आणि जगण्याच्या धडपडीत ग्रासलेले तिचे जीवन हाच या कादंबरीचा विषय आहे.

काही समीक्षकांना मात्र 'माडगूळकरांच्या कथा' रिपोर्ताजच्या स्वरूपाच्या वाटतात. बाह्य वास्तवाचे केवळ कलात्मक चित्रण त्यात आढळते. शेळक्यांच्या कथासुद्धा बदलत्या ग्रामजीवनात उपेक्षित व दरिद्री माणसांच्या कथा होतात.' (प्रमोद मूनघाटे, ग्रामीण कथेची समीक्षा, साहित्य : ग्रामीण आणि दलित, पृ. १०२)

यानंतर रणजित देसाई यांच्या 'बारी' (१९५९), 'माझा गाव' (१९६०), आणि 'समिधा' (१९७९) या कादंबऱ्या ग्रामीण भागाचे चित्रण करतात. विशेषत: 'बारी' मध्ये गुन्हेगार समजल्या गेलेल्या बेरड जमातीचे चित्रण त्यांनी केले आहे. चंद्रकांत काकोडकरांची 'अन्नपूर्णा' (१९६०), दिनकर देशपांडे यांची 'तापझिरा'

(१९६०), पां. श्रा. गोरे यांची 'कात टाकलेली नागीण' (१९६१), बाजीराव पाटील यांची 'भंडारवाडी' (१९६८), रंगनाथ देशपांडे यांची 'वेडी बाभळ' (१९६६), लक्ष्मीकांत तांबोळींची 'दूर गेलेले घर' (१९७०), बाबा कदमांची 'प्रलय' (१९६२) व 'राही' (१९६९) द. ता. भोसले यांच्या कादंबऱ्या 'इथे फुलाला मरण जन्मता' (१९६५) आणि 'मी व माझा बाप' (१९७०) आणि महत्त्वाची 'देव चालले' (१९६१) ही दि. बा. मोकाशींनी लिहिलेली कादंबरी आहे. धर्मविषयक श्रद्धांचा विरत चाललेला प्रभाव यात लेखकाने रंगवला आहे.

चिं. त्र्यं. खानोलकरांची 'रात्र काळी घागर काळी' (१९६३), 'कोंडुरा' (१९६६), 'चानी' (१९७०) यातून कोकणची पार्श्वभूमी आढळते. 'इंधन' (१९६५), ही हमीद दलवाई या सामाजिक कार्यकर्त्यांने लिहिलेली विचारप्रवर्तक कादंबरी स्वातंत्र्योत्तर काळातील हिंदू-मुसलमान संबंधातील ताणतणाव टिपते. श्रीपाद जोशींची 'मी भूमिपुत्र' (१९६६), जयवंत दळवीची 'महानंदा' (१९७०), 'सारे प्रवासी घडीचे' (१९६४), आणि रवींद्र पिंगे यांची 'परशुरामाची सावली' (१९७०) या काही महत्त्वाच्या ग्रामीण कादंबऱ्या होत.

शंकर पाटील यांची 'टारफुला' (१९६४) ही एक महत्त्वाची कादंबरी आहे. विनाकारणच एखाद्या काटवनाप्रमाणे वाढलेली गावातली गुंडगिरी कशी गावालाच उद्ध्वस्त करते ते यात शंकर पाटील यांनी दर्शविले आहे. गावातील दहशतीचे चित्रणही त्यांनी कादंबरीतून केले आहे.

देश स्वतंत्र झाला पण ग्रामीण पातळीवरचे जीवन खालावलेलेच राहिले. शिक्षण वाढले पण बेरोजगारीही वाढली, अंधश्रद्धा कमी झाली नाही. खऱ्या अर्थाने खेड्यांचे अंतरंग काही बदलले नाही. रा. रं. बोराडे आणि आनंद यादव या लेखकांनी ग्रामीण कादंबरीला अधिक संवेदनशील केले. 'पाचोळा' (१९७१) ही रा. रं. बोराडे यांची कादंबरी ग्रामीण बोलीतून लिहिली आहे. नवऱ्याचा हट्टीपणा आणि मुलाचा पीळ यांच्या जिद्दीपणाच्या कात्रीत सापडलेली पारबती आणि पाचोळ्यासारखी तिच्या आयुष्याची झालेली दैना हा या कादंबरीचा विषय आहे. खास मराठवाड्यातील उस्मानाबादी बोलीतले संवाद यात आहेत.

आनंद यादवांची 'गोतावळा' (१९७१) ही नारबा आणि त्याचा गोतावळा (बैल, रेडा, घोडे, कोंबडा, कुत्रा, शेरडे, विहिरीतले कासव) यांच्यातील जिव्हाळ्याचे चित्रण करणारी कादंबरी आहे. या गोतावळ्यापासून नारबाला निरागस प्रेम मिळते. निवेदन शैली काव्यात्म आहे आणि त्यातून ही नारबाची आत्मकथा साकारते. 'नटरंग' (१९८०) या कादंबरीत यादवांनी गुणा या तमाशा कलावंताच्या जीवनाची शोकान्तिका शब्दबद्ध केली आहे.

ना. धों. महानोर यांच्या 'गांधारी' (१९७३) मध्ये स्वातंत्र्यपूर्व काळात रझाकारी जुलमाखाली आणि स्वातंत्र्योत्तर काळात गावठी पुढाऱ्यांच्या वागण्याने भरडून निघणारे खानदेशातील खेडे रंगवले आहे. 'पाचोळा'कार रा. रं. बोराडे, 'गोतावळा' लिहिणारे आनंद यादव आणि 'गांधारी' लिहिणारे महानोर यांनी मराठी ग्रामीण कादंबरी विश्वाला नवी परिमाणे दिली. 'टारफुला'कार शंकर पाटलांनी 'घुंगरु' (१९७१) आणि 'बेईमान' (१९७६) या कादंबऱ्यांमधून ग्रामीण जीवनातील विविध घटना रंगवल्या.

चंद्रकुमार नलगे यांनी 'आगीन फूल' (९१७४), 'गस्त' (१९७६), 'देवाची साक्ष' (१९७९) या कादंबऱ्या लिहिल्या. महादेव मोऱ्यांनी मोटारधंद्यातील माणसे, पोलिसी पेशातील माणसे यांच्यावर 'बळी' (१९७२), 'एकोणिसावी जात' (१९६८), 'पनौती' (१९६९), 'स्टँड' (१९७८), 'लाईन' (१९८०) या कादंबऱ्या लिहिल्या. व. बा. बोधेंनी 'कातण' (१९७९), 'वाघीण' (१९८०) या कादंबऱ्यातून उपेक्षित कैकाडी, कानफाटी, गोसावी, कोल्हाटी जमातींचे जीवन रंगवले. जयवंत दळवींची 'धर्मानंद' (१९८०), गो. नी. दांडेकरांची 'तुका आकाशाएवढा' (१९८१) व 'तांबडफुटी' (१९८२), श्री. ना. पेंडसे यांची 'तुंबाडचे खोत' (१९८७), आनंद यादवांची 'झोंबी' (१९८७) 'नांगरणी' (१९९०) या दोन आत्मचरित्रात्मक कादंबऱ्या याच काळात निर्माण झाल्या. रा. रं. बोराडेंनीसुद्धा 'सावट' (१९८७), 'आमदार सौभाग्यवती' (१९८९), 'चारापाणी' (१९८९) या कादंबऱ्यांतून ग्रामीण जीवन रंगवले.

र. बा. बोधे यांनी 'चांगभलं' (१९८२), 'बिजली' (१९८३), 'भुंगा' (१९८७), 'वेताळ' (१९८८), 'गजरी' (१९८८), 'तुणतुणं' (१९८८), 'टिटवी' (१९८८) या कादंबऱ्यांची निर्मिती केली. तर उत्तम बंडू तुपे यांनी 'इजाळ' (१९८४), 'चिपाड' (१९८९), 'खुळी' (१९९१), 'झुलवा' (१९८६) या कादंबऱ्या लिहिल्या. राजन गवस यांची 'चौंडक' (१९८५), 'भंडारभोग' (१९८८), 'कळप' (१९९१), 'धिंगाणा' (१९९२) आणि 'सत ना गत' अशी कादंबरीनिर्मिती आहे. नागनाथ कोतापल्ले यांनी 'उलट चालिला प्रवाहो' आणि 'गांधारीचे डोळे' (१९८५) या कादंबऱ्यांचे लेखन केले आहे.

मधुकर वाकोडे यांची 'झेलझपाट' (१९८८), विश्वास पाटील यांची 'पांगिरा' (१९९०) आणि 'झाडाझडती', रंगनाथ पाठारे यांची 'हारण' (१९९०), 'पाचर' (१९८९), 'टोकदार सावलीचे वर्तमान' (१९९१), 'ताम्रपट' (१९९४) या उल्लेखनीय कादंबऱ्या होत.

रवींद्र शोभणे यांनी 'प्रवाह' (१९८३), 'रक्तध्रुव' (१९८९), 'कोंडी'

(१९९२), तर सुरेश द्वादशीवार यांनी 'हाकुमी' (१९८९) या महत्त्वाच्या कादंबऱ्या लिहिल्या आहेत. तसेच राजन खान यांची 'यतीम' (१९९०), बाबाराव मुसळेंच्या 'पखाल' (१९९५), 'हाल्या हाल्या दुदू दे' (१९९५) तसेच आनंद यादव यांची 'कांचवेल', बाबूराव बागूल यांची 'कोंडी' (२०००) या महत्त्वाच्या ग्रामीण कादंबऱ्या आहेत.

ग्रामीण जीवनातील स्थित्यंतरे, धरणामुळे उठणारी गावे, यांत्रिकीकरणाने दुरावलेली नाती, सुशिक्षित ग्रामीण माणसांची बेरोजगारी आणि शोषण, राजकारण आणि वाढती गुंडगिरी, दहशतवाद, भ्रष्टाचार हे बदलते जीवन ग्रामीण कादंबऱ्यांनी टिपले. 'धग', 'पाचोळा' सारख्या कादंबऱ्यांतून स्त्रीदुःखालाही वाचा फोडली. (पृ. ७६) मात्र 'ग्रामीण कादंबरीच्या प्रवासात एकही स्त्री कादंबरीकार आढळत नाही.' हे विधान खरे नाही. डॉ. प्रतिमा इंगोले यांच्या बुढाई आणि पार्टटाईम या दोन कादंबऱ्या अभ्यासकांना दुर्लक्षून चालणार नाही.

■

-: २ :-
'बुढाई'

डॉ. प्रतिमा इंगोले तशा शरीरमनाने मुळातच कथालेखिका आहेत. स्वत:ला आलेले अनुभव कथेच्या कॅनव्हासवर मावेनासे झाले, तेव्हा त्यांनी कादंबरी हा विस्तारित कॅनव्हास निवडला. एकूणच स्त्रीच्या जगण्याचा, आयुष्याचा त्या विचार करतात. त्यातही ज्या ग्रामीण भागात त्या राहतात तेथल्या ग्रामीण स्त्रीविषयी त्यांना नितान्त प्रेम आहे, त्यांची सुख-दु:खं ही लेखिकेला आपली वाटतात. 'बुढाई' आणि 'पार्टटाईम' अशा दोन कादंबऱ्या लिहून त्यांनी कादंबरीविश्वात पाऊल रोवले.

ग्रामीण जीवनावर जसे कथालेखन स्त्रीने फारसे केले नव्हते, तसेच कादंबरी लिखाणही. (प्रतिमा इंगोले ह्या लेखिकेने हे दोन्ही वाङ्मयप्रकार साध्य केले.) आधीच्या पिढीतले विदर्भातले उद्धव शेळके यांनी 'धग' ही कादंबरी लिहिली. आणि त्यातली नायिका 'कौतिक', तिची झुंज, संसारातले कर्तृत्व आणि जगण्याची धडपड सारे ताजे होते, पुन्हा नव्याने 'बुढाई' तल्या गोकर्णाच्या रूपाने! 'बुढाई' ही वऱ्हाडातील एका मोलमजुरी करणाऱ्या कष्टकरी स्त्रीची कथा आहे. तिच्या निमित्ताने पुन्हा एकदा वऱ्हाडातील ग्रामीण कुटुंबाचे चरित्र वाचकांच्या समोर आले आहे. तरीही प्रतिमा इंगोले यांच्या 'बुढाई' मधल्या कौटुंबिक चरित्र चित्रणाला बदलत्या काळाचे आधुनिक असे संदर्भ प्राप्त झाले आहेत.

आनंद यादव, शंकर पाटील यांच्या कादंबरी लेखनापेक्षा प्रतिमा इंगोले यांचे लेखन वेगळे आहे. तसेही 'एकूणच मराठीतील ग्रामीण कादंबरी ही सामाजिक चित्रणाच्या वर्णनात्मक पातळीला छेद देऊन पुढे गेल्याचे दिसत नाही' हे डॉ. किशोर सानप यांनी केलेले विधान रास्तच म्हणावे लागेल. विदर्भातही ग्रामीण जीवनाचे चित्रण करणाऱ्या कादंबरीकारांची एक मोठी परंपरा आहे. उद्धव शेळके, मनोहर मल्हार, बाजीराव पाटील हा पहिल्या पिढीतील तर बाबाराव मुसळे, पुरुषोत्तम

बोरकर, रवींद्र शोभणे, सदानंद देशमुख, नामदेव कांबळे, 'डेबू' कादंबरी लिहिणारे विठ्ठल वाघ आणि प्रतिमा इंगोले हा दुसऱ्या पिढीतील लेखकवर्ग. यांनी वऱ्हाडी ग्रामीण कथा-कादंबरीचा प्रदेश समृद्ध केला आहे.

पहिल्या पिढीने ग्रामीण जीवनाच्या चित्रणाचा आणि मांडणीचा जो पारंपरिक आदर्श कादंबरीच्या निर्मितीत समोर ठेवला होता तोच आदर्श आणि परंपरा पुढच्याही पिढीने जशीच्या तशीच स्वीकारलेली दिसते. एकूणच मग ती विदर्भातील असो अगर इतर भागातील. ग्रामीण कादंबरी वर्णनाच्या पातळीवरच राहिली. प्रतिमा इंगोलेही याला अपवाद नाहीत. परंतु स्त्रीच्या जगण्याचे, तिच्या भेगाळलेल्या आयुष्याचे, तिच्या आत्मभानाचे स्पर्श त्यांच्या कादंबरीला झाले आहेत. म्हणून ती इतरांहून वेगळीही आहे.

कादंबरी हा एक अत्यंत लवचीक आणि विस्तारशील असा सामाजिक गद्यवाङ्मयाचा प्रकार आहे. कादंबरीकाराची नैतिकता आणि त्याचे अनुभव सामाजिक संदर्भात कादंबरीच्या अवकाशातून मांडावे लागतात. कादंबरीचे रूप हे एक आव्हान असते. त्यामुळे कादंबरीचा विस्तार आणि समृद्ध भाषा यांनी तयार झालेली भाषिक कृती निर्माण करणे अवघड असते. लेखिकेने स्वत:ची भूमिका सुरुवातीला मांडली आहे. 'बुढाई'चा अर्थ देताना त्या म्हणतात, 'पिकाखालील काळी जमीन ही पावसाळ्यात फुगते आणि उन्हाळ्यात आकुंचन पावते, त्यामुळे तिच्यामध्ये बुढाया (भेगा) पडतात. पिकासाठी योग्य अशी ही प्रक्रिया असते. कारण बुढायामुळे ही जमीन खोलवर तापून निघते आणि पहिला पाऊस या बुढायातून आतपर्यंत झिरपून ती मऊशार होते. पण जेव्हा ती घरासाठी वापरली जाते, तेव्हा तिच्या स्वाभाविकतेवर अतिक्रमण केले जाते.'

जमीन हे तसे आईचे प्रतीक आहे. पिकाखालची जमीन ही पिकांसाठीच असते. पण जमीन हे जननीचे प्रतीक आहे. जननीला जसा आपल्या मुलांचा लळा असतो तसाच तो जमिनीलाही असतो. अनेक नैसर्गिक आघात सहन करूनही जमीन पिकते, फुलते. आपल्या मुलाचे पालनपोषण करते. तसेच स्त्री हीसुद्धा जमिनीचाच अविभाज्य भाग आहे. अशी सांस्कृतिक मूल्याची बैठक असलेला मूल्यविचार प्रस्तावनेतून प्रतिमा इंगोले यांनी मांडला आहे. किशोर सानप यांना तो विचार या कादंबरीत हव्या त्या प्रमाणात लेखिकेला मांडता आला नाही असे वाटले. 'तो विचार व्यक्त झाला असता, तर कादंबरीची उंची अधिक वाढली असती, या मूल्यविचाराला कादंबरीत स्वतंत्र स्थान मिळाले असते, तर स्थलकालावशाची निराळी परिमाणे कादंबरीला प्राप्त झाली असती,' असेही मत ते नोंदवतात. हे सर्व खरे असले तरी लेखिकेच्या समोर हे प्रतीक स्त्रीचे म्हणून असल्याने तिने त्याच

प्रतीकातून बुढाया पडलेल्या जमिनीचे प्रतीक म्हणून वापरून स्त्रीच्या जगण्याशी तिचा संबंध जोडला. आणि ग्रामीण स्त्री जीवनाचा दुर्लक्षित पट उलगडला हेही फार मौलिक आहे. एकप्रकारे स्त्री ही भूमीच, त्यामुळे स्त्री जीवनाचे दर्शन तिची समाजामधील स्थितीगती हेच प्रतिमा इंगोलेंना अभिप्रेत असते.

पुढे कादंबरीत घडलेले कथानक बघता कादंबरीच्या अवकाशाला पेलणारे हे कथानक नाही. ते लघुकथेच्या पातळीवरच सरपटत राहिले, असे डॉ. किशोर सानप म्हणत असले तरीही या कादंबरीचे महत्त्व नाकारता येत नाही.

'शहरीकरणातून उद्‌भवलेल्या आकर्षण, अनुकरण व अतिक्रमण अशा तिहेरी दृष्टींनी ग्रामीण भागातील कित्येक कुटुंब उद्‌ध्वस्त होत आहेत. त्यातल्याच एका कुटुंबाची ही प्रातिनिधिक कहाणी! आणि काळ्या मातीच्या दुर्दशेचीही कथा!' खेड्यातून शहरात आशा ठेवून येणाऱ्या आणि आकस्मिक उद्‌भवणाऱ्या संकटांनी भयावह विपत्तीचे आयुष्य भोगणाऱ्या एका कुटुंबाची कथा लेखिकेने या कादंबरीत मांडण्याचा प्रयत्न केला आहे. ही कादंबरी एक सामाजिक वास्तव आहे, असे लेखिकेने प्रस्तावनेत म्हटले आहे. लेखिका म्हणते, 'कोणाच्याही स्वाभाविकतेवर अतिक्रमण होणे तसे वाईटच! म्हटलीच तर ती त्याचीच कहाणी! विकृतीची किंवा हव्यासाची शिकार होणाऱ्या सर्वांचीच! आणि हव्यासाला कुठल्याही मर्यादा नसतातच! स्थळकाळाच्या आणि क्षेत्राच्यासुद्धा.' एकूण कादंबरीत लेखिकेने जो मूल्यविचार मांडण्याचे ठरवले त्याचेच विचारसूत्र येथे व्यक्त केले आहे. आणि आशय अभिव्यक्तीचे समर्थ भाषिक माध्यम वापरून कथाबीज फुलविण्याचा प्रयत्नही केला आहे.

सशक्त कथानक -

वऱ्हाडातल्या एका शहराला लागून असणाऱ्या खेडेगावात गोकर्णा आणि लुकळा महार या मोलमजुरी करणाऱ्यांचं एक गरीब कुटुंब राहतं. एका महार समाजाच्या कुटुंबाचे स्थलांतर व स्थलांतरामुळे त्यांच्या जीवनाची झालेली शोकान्तिका हा या कादंबरीचा विषय आहे. संपूर्ण कादंबरी ग्रामीण परिसरात घडत नाही. आजच्या या चंगळवादी युगात माणसाला शहराची ओढ आहे. या कादंबरीतील कुटुंब आपलं गाव सोडून शहरात येतं ते चंगळ करण्यासाठी नाही, तर पोटाची खळगी भरण्यासाठी. 'धग' किंवा 'राघववेळ' याप्रमाणे इथेही गोकर्णा या कादंबरीची मध्यवर्ती व्यक्तिरेखा, नायिका आहे. 'धग' मधला महादेव ऐदी, आळशी व पलायनवादी आहे. तर गोकर्णाचा नवरा 'बुढा' म्हातारा, वय झालेला आहे. गोकर्णाच्या व त्याच्या वयात बरेच अंतर आहे. वय झाले तर एक कारण, तर दुसरे

मानसिकदृष्ट्या तो खचलेला आहे. गोकर्णाला होणारी पहिली दोन मुलं अवेळी दगावतात. वाचतो तो गुलाब. तोही बापाच्या रागावर मुंबईला पळून जातो आणि अखेरपर्यंत घरी परतत नाही. नंतर मुलगी होते, सत्यवती. तीच तेवढा एक त्यांच्या जगण्याचा आधार असते. सत्तूचे शाळेत लक्ष लागत नाही. नवसाची, लाडकी मुलगी म्हणून माय-बापही शिकण्याचा आग्रह धरत नाहीत.

सत्तूच्या शाळेतील धांडे मास्तरांचा नवजीवन नगरात प्लॉट असतो. नवीन वसाहत उभी करण्यासाठी त्यांना पूर्णवेळ काम करण्यासाठी चौकीदाराची गरज असते. शहरात पैसा मिळतो पण प्रामाणिक माणसं मिळत नाहीत. मग चांगल्या माणसांना अधिकचा मोबदला देऊन त्यांचा प्रामाणिकपणा वापरण्यासाठीही वसाहतीत स्पर्धा सुरू असते. धांडे मास्तरांच्या नजरेत लुकळा महार असतो. आपल्या वसाहतीतल्या लोकांना तो चांगल्या माणसाची व्यवस्था करण्याचे आश्वासन देतो आणि गोकर्णाला भेटून तिची मनधरणी करतो. सत्तूच्या भवितव्याचे आणि संसारात चार पैसे जास्त मिळाले तर पुढे कामी पडतील, असे आमिष दाखवून गोकर्णाची मानसिकदृष्ट्या तयारी करतो. सुरुवातीला गोकर्णाला आपली पांढरी, आपले गाव सोडावेसे वाटत नाही. बुढ्याचीही तयारी नसते. परंतु त्यांचे गावात महत्त्व कमी झाल्याने आणि रोजगारही नसल्याने बुढ्याला आणि गोकर्णाला धांडे मास्तरांचे आमिष खुणावते. त्यांची गाव सोडण्याची मानसिकता निर्माण होते. शेवटी आपल्या संसाराची छिद्रं बुजविण्यासाठी आणि सत्तूच्या लग्नाची सोय लावण्यासाठी गोकर्णा नवजीवन नगरात येते.

तिथे बुढ्याला चौकीदाराची नोकरी मिळते आणि तिला खड्डे खोदण्याचे काम मिळते. बाजूलाच राहायला येणाऱ्या चौहान साहेबांचा साळा 'अशोक' सत्यवतीची छेडखानी करतो. भविष्यातील विपरीत टाळण्यासाठी नाईलाज म्हणून गोकर्णा कुबड्या मिस्तरीशी सत्तूचे लग्न लावते. कुबड्याशी लग्न करणे म्हणजे पोरीच्या आयुष्याची माती करणे होईल याची जाणीव गोकर्णाला असते. कारण कुबड्याचा घरातील प्रवेशच सत्तूला मानसिकदृष्ट्या पंगू करणारा ठरतो. तिची भयावह मानसिकता लेखिकेने समर्थपणे कादंबरीत मांडली आहे. कुबड्याचा जीवघेणा त्रास त्यांनी सहन केलेला असतो. त्याला पूर्णपणे नाकारून मूल होण्याच्या निर्णयाला येताच, चौहानसाहेबाच्या साळ्याने अशोकने सत्तूची छेडखानी केलेली असते आणि या प्रसंगाने गोकर्णा आणि बुढ्याचे आपल्या मुलीबद्दलचे भावविश्वच हादरते. मुलीच्या आयुष्याबद्दल पाहिलेली स्वप्नं मातीमोल होऊन आयुष्य पोखरणाऱ्या निर्णयाला त्यांना संमती द्यावी लागते. गोकर्णा व बुढ्याचे आयुष्य निरर्थक होते. सत्तूचा नवरा कुबडा तिचा अतोनात छळ करतो. या छळाने तर गोकर्णा व बुढ्याला मरणप्राय

यातना होतात. तिघांचेही आयुष्य कमालीच्या हालअपेष्टा आणि मानसिक आघात, दु:ख यांनी पोखरले जाते.

एका मोलमजुरी करणाऱ्या आणि प्रामाणिक जीवन जगणाऱ्या लहानशा दुबळ्या आणि अभावग्रस्त कुटुंबाला दु:खाच्या खाईत हळूहळू नेऊन सोडणाऱ्या व्यवस्थेचे आणि वसाहतवादी संस्कृतीत गुदमणाऱ्या माणुसकीचे चित्रण करणे हे लेखिकेने अत्यंत ताकदीने रंगविले आहे. परंतु या कादंबरीचा हाच हेतू नाही. अशोक, चौहान, कयूम मिस्त्री, धांडे मास्तर, गावातील कस्तुरी वगैरे पात्रेही पुरेशी वातावरणनिर्मिती करतात. ही सारीच आसपासची माणसे या व्यवस्थेला जबाबदारही असतात. परंतु त्यातही एक आई व एक मुलगी यांची संसारातील घुसमट आणि समाजाने त्यांची केलेली उपेक्षा- स्त्री दु:खाची त्यातही कष्टकरी स्त्रीची ही दु:खभरी कहाणी आहे. शेवट दु:खमय तसा नाट्यमयही आहे. सत्तूची व तिच्या आई-वडिलांची दु:खगर्भिता, तिच्या नवऱ्याचा निष्ठूर राक्षसीपणा, या साऱ्याच गोष्टी लेखिका परिणामकारक भाषेत चित्रित करते.

भाषाशैली -

बुढाई कादंबरी वाचताना भाषेचे सौंदर्य लक्षात येते. त्यामुळे कादंबरीची वाचनीयता वाढली आहे. वाचनीयता आणि वाचकांच्या मनाची पकड घेणे हे जसे प्रतिमा इंगोले यांनी कथेत साधले तसेच कादंबरीतही घडले आहे. उत्कंठा, हुरहुर आणि जिज्ञासा वाढविणारे कथानक फुलविण्यात लेखिका यशस्वी झाली आहे. पारंपरिक पद्धतीने तपशील मांडत तटस्थपणे निवेदन करून निवेदनाला पूरक भाषा आहे. भाषेच्या सौंदर्यासाठी पानोपानी योजलेले वाक्प्रचार आणि म्हणींमुळे भाषेचे वैभव वाढलेले आहे. निवेदन नागर मराठीत व संवाद वऱ्हाडी बोलीत असे याचे स्वरूप आहे. 'गोतावळा' (आनंद यादव), 'झुलवा' (उत्तम बंडू तुपे) यांच्या कादंबऱ्यांप्रमाणे निवेदन व संवाद अशी संपूर्ण कादंबरी बोलीत नाही. तसे असते तर ती खऱ्या अर्थाने संपूर्ण ग्रामीण कादंबरी ठरली असती.

'सारा दिस पाखडलं अन् काहीच नाही सापडलं. आकाबाई मागं आणि दीडपैका संगं, वाऱ्यावर वरात अन् भिंतीवर सराद, डोंगर जळते जन पाहते, मन जळते कोण पहाते?' अशा अनेक म्हणी पानापानांतून दिसतात. वऱ्हाडी भाषेतील अनेक भाषिक रूपालाही भाषिक संरचनेत महत्त्वाचे स्थान दिल्यामुळे वऱ्हाडी भाषेचे एक आगळेवेगळे रूप कादंबरीत उमटले आहे. जसे डिग्गर, वालंवाल, आपाझोपा, हुम्बळला, चानकी, झाकल्या, मायमका, गळणी, खुन्नस, मापूल, काऊलवाऊल

होणे, उचलचोखंडा, औतझोडपा अशा खास वऱ्हाडी भाषिक रूपांनी प्रतिमा इंगोले यांनी वऱ्हाडी बोलीभाषेचा महाराष्ट्राला परिचय करून दिला आहे.

या कादंबरीला एक स्वतंत्र सतरा पानांचा शब्दकोषही जोडला आहे. या शब्दकोशातील अनेक शब्द पूर्ण महाराष्ट्राला परिचितही नाहीत. जसे जेठानी, इतवार, बस्तरवार, पऱ्हाटी, मढं, चौफुली, तितंबा, खुशामता करणे आदी. काही शब्द हे पुनरावृत्त झाल्याचे दिसते. जसे वयनिवासी, गिलवा, घुगरी, वसान इत्यादी. तर काही शब्द हे अर्थाच्या बाबतीत संशयास्पद आहेत. जसे कपडे-पोलक्याचे कापड, वयनिवासी-वनवासी, अलिबात-अजिबात, वयभरन-वैभव, सनक-वस्तू, पोरगी, गिलावा-थंडावा, गल्ली-रस्ता इत्यादी. शब्दकोषाची मांडणी अत्यंत काळजीपूर्वक करावी लागते. सर्वाधिक मोठा अशा शब्दकोष या कादंबरीला जोडला आहे. ही मराठीतील अशी पहिलीच कादंबरी असावी.

कादंबरीची पार्श्वभूमी व परिसर यात अनेक बारकावे डॉ. प्रतिमा इंगोले यांनी अचूकपणे टिपले आहेत. 'झुलवा'प्रमाणे घरातील लिंबही येथे व्यक्तिमत्त्व धारण करतो. बकरीच्या, कुत्र्याच्या पिलाची सत्तूच्या मनात असलेली ओढ तिचा बालभाव व्यक्त करते. स्त्रीप्रमाणेच माती सृजनशील असते. या कादंबरीत सत्तू व गोकर्णा यांची दुःखे काळ्या मातीची दुःखे म्हणून मांडण्यात आली. लेखिकेने वापरलेल्या ग्राम जीवनातील प्रतिमा अतिशय समर्पक व अर्थपूर्ण आहेत. डॉ. प्रतिमा इंगोले यांचे पुष्कळसे लिखाण स्त्रीकेंद्री असले तरी 'स्त्रीवादी' नाही याचा प्रत्यय या कादंबरीतही येतो. सत्तू व गोकर्णा यांची विचारसरणी पारंपरिकच आहे. स्त्रीच्या जातीला नवऱ्याशिवाय पर्याय नाही असाच विचार गोकर्णा सत्तूवर रुजवते. 'बुढाई' कादंबरी जशी गोकर्णाची आहे तशी ती काळ्या भुईचीही आहे. 'बुढाई' हा अनेकार्थी शब्द आहे. त्या शब्दाचे सूचक अर्थ अनेकदा कादंबरीतून प्रतीत होतात.

कादंबरीत दोषही आहेत. कादंबरी ही अनेकपात्री असते. त्या सर्वांचे आपापसांत एक सूत्र आढळते. तसे ते इथे कित्येकदा आढळत नाही. व्यक्ती फुलवण्याची क्षमता असूनही काही पात्रे आक्रसून गेली आहेत. उदा अशोक, बुढा इत्यादी. कादंबरीत मधला भाग पुष्कळदा विनाकारण विस्तारत गेलेला आहे. पृष्ठसंख्या महत्त्वाची नसून कादंबरीतील घटना, प्रसंग, त्यानुसार होणारा वाचकांच्या मनावरचा परिणाम महत्त्वाचा असतो. काही ठिकाणी कृत्रिमता जाणवते. तरीही ही कादंबरी महत्त्वाची ठरते.

कारण 'बुढाई' वाचल्यानंतर एक गोष्ट स्पष्ट होते ती म्हणजे अस्सल कादंबरीच्या कसोटीवर उतरणारी ही कादंबरी म्हणता येईल. शहरी अतिक्रमण, माणसामाणसांमधील तणाव, महागाईमुळे त्रस्त होणारे लोकजीवन असे अनेक पदर ह्या

कलाकृतीत शोधता येतील. कादंबरीच्या विविध घटकांचे मिश्रण एकजीवपणे साधले आहे. 'या कादंबरीचा शेवट म्हणजे या कादंबरीची सुरुवात आहे.' 'डेबू' (विठ्ठल वाघ) किंवा 'राघववेळ' (नामदेव कांबळे) यांच्या कादंबऱ्यांप्रमाणे 'बुढाई' नंतरचा पुढचा भागही लिहिला जाऊ शकतो. प्रा. सतीश तराळ यांनी म्हटले आहे, ते उचित आहे. 'राघववेळ' ही सुद्धा मातंग समाजाच्या स्त्रीवर लिहिलेली कादंबरी आहे. पण स्त्रीची व महार समाजाची खास वैशिष्ट्ये व जीवनशैली जी बुढाईमधे प्रतीत होते तशी पुरुषी लेखनामध्ये होत नाही. लेखिकेला गोकर्णा महार समाजाची आहे असे आपल्याला सांगावे लागत नाही. जातीचा निकष सोडला तर एरवी गोकर्णा एक ग्रामीण श्रमजीवी स्त्री आहे. ती वेगळी वाटत नाही. मानवी संवेदनशील मन अस्वस्थ करून सोडण्याचे सामर्थ्य या कादंबरीत आहे. मराठी कादंबरीविश्वात विशेषत: ग्रामीण कादंबरीच्या क्षेत्रात ह्या कादंबरीने मौलिक भर पडली आहे. शिवाय ती एका स्त्रीनेच लिहिली आहे, हे दृष्टिआड करून चालणार नाही.

उन्हाळा, पावसाळा या सृष्टीचक्रामुळे जमिनीला पडलेल्या भेगा. अशा भेगाळलेल्या जमिनीचे, मातीचे उदासवाणे रूप माणसाच्या आयुष्याचेच जणू प्रतीकात्मक रूप असते. सुखाच्या चाहुलीने ते अंकुरते, तर दु:खामुळे भेगाळतेही. गावपातळीवर असलेले सामाजिक स्तर आणि व्यवस्थेची उतरंड यापुढे माणसामाणसांतील संबंधांच्या, नात्यांच्या अनेक छटा, ताणतणाव यांचे वास्तव चित्रण, याहूनही स्त्रीजीवनाच्या परवशतेच्या सर्वांगाने होणाऱ्या कोंडीचे दर्शन या कादंबरीतून घडते ही सर्वांत महत्त्वाची 'स्त्रीकेंद्री' कादंबरी म्हणून म्हणता येईल.

■

-: ३ :-

‘पार्टटाईम’

शिक्षणक्षेत्रातील भ्रष्टाचारावरील भेदक चित्रण

सौ. प्रतिमा इंगोले यांची ‘पार्टटाईम’ ही अगदी नवीन कादंबरी. ‘बुढाई’ या नंतरची ही दुसरी कादंबरी! कथाकथन, लघुकथा, दीर्घकथा आणि आता कादंबरी या अंगाने त्यांचा प्रवास झाला आहे. त्यातही ३०-३५ वर्षांपूर्वीचे खेडे - ग्रामीण गावं, तिथल्या गावगोष्टी, माणसे यांचे चित्रण त्यांच्या कथासंग्रहातून व्यक्त झालेले आहे. हळूहळू शहर बदलले तसे गावही. तिथली तरुण मुले-मुली शिकून बाहेर आली. मुलीही शिकून शहरात नोकरी करू लागल्या. या बदलत्या पार्श्वभूमीवर ही ‘पार्टटाईम’ कादंबरी बेतलेली आहे. ती पूर्णत: ग्रामीण नाही, ना शहरीही! सरमिसळ झालेल्या विचारांची ती शिक्षणक्षेत्रातली ज्वलंत विचारांची कादंबरी आहे. मानवी मनाचा तळ गाठून जीवनाच्या भल्याबुऱ्या बाजूंचे सर्वंकष चित्रण करण्याऐवजी प्रतिमा इंगोले यांनी शिक्षणक्षेत्रातील भ्रष्टाचार, तेथील अधिकारी व्यक्ती, तेथे होणारे स्त्रियांचे शोषण यावर नेमके बोट ठेवले आहे. हे चित्रण यथार्थ व सामान्य झाले आहे. पण विषयही तसाच आहे. त्यातल्या स्त्रीचा जो अनुभव आहे तो सार्वत्रिक आहे. यापूर्वीही कादंबरी जगात वेगवेगळ्या घरातली श्रमजीवी, जीवनसंघर्षाला सतत तोंड देत राहणारे मध्यमवर्गीय, सत्तेची चटक लागलेले राजकारणी आणि उच्चभ्रू सुखलोलुप श्रीमंत या सर्वांना मराठी कादंबरीने अभिव्यक्त केले आहे.

कादंबरीचा जीव तसा लहान आहे. पण स्त्रियांवरती शिक्षणक्षेत्रात किती अत्याचार होतो हे अतिशय स्पष्टपणे व्यक्तविणारी ही कादंबरी आहे.

वास्तवातले संदर्भ घेऊन लेखकाच्या मनात तयार होणारी स्वप्नसृष्टी म्हणजे कादंबरी असे किंवा कादंबरी ही जीवनाचे व्यापक व सखोल दर्शन घडवते, असे म्हटले जाते. त्यानुसार लेखिकेने वास्तवातलेच सारे सदंर्भ हाताशी घेऊन स्त्रीची, तिच्या मुक्तपणाची, तिला हवे असलेल्या स्वातंत्र्याची एक सूचकता दर्शविली आहे. या कादंबरीत घटना अशा फार घडत नाहीत. अनुराधा या नायिकेभोवतीच ही

कादंबरी आकार घेते. तिला कॉलेजमध्ये पार्टटाईम जॉब मिळणे ही महत्त्वाची घटना आणि तिच्या अनुषंगाने घडणारे प्रसंग, त्यानुसार येणारा शिक्षणक्षेत्रातली भ्रष्टाचार! प्राचार्य हे दुसरे व्यक्तिमत्त्व, तिचा नवरा आणि तिची मैत्रीण! या चार पात्रांभोवती आणि लहान गावातल्या महाविद्यालयीन परिस्थितीभोवती कादंबरीची वीण गुंफली आहे. आजपर्यंत ज्या ग्रामीण भाषेत लेखिका कथा-कादंबरी लिहित असे तशी भाषा इथे नाही. शहरासारखी सुशिक्षित भाषा लेखिका वापरते. लहान गावांतल्या कॉलेजचे वातावरण आणि तिथल्या भाषेतील शिव्या वगैरे भाषेचाही उपयोग केलेला दिसतो. मुख्य म्हणजे स्त्री शिक्षण घेऊन सुशिक्षित झाली, नोकरी करू लागली, त्या नोकरीत तिला सुखापेक्षा दु:खच कसे मिळाले, याचा एक सूर कादंबरीभर पसरलेला आहे.

ज्वलंत कथानक -

पंचवीस प्रकरणांची ही कादंबरी आद्य शिक्षिका सावित्रीबाई फुले यांना लेखिकेने अर्पण केली आहे. ज्यांच्या प्रकाशात वा प्रकाशझोतात स्त्रियांचं शिक्षण व जीवन उजळत गेले आहे. तसे तर या कादंबरीतील अनुराधाला आलेला अनुभव सार्वत्रिक आहे. आज पूर्वीइतकी नोकऱ्यांची उपलब्धता सुलभ नाही. सर्वच क्षेत्रांत जीवघेणी स्पर्धा आहे. मानवी मूल्ये, स्त्रीदाक्षिण्य, नोकरी लागल्यानंतरचा त्या जागेवरचा हक्क, संस्थाचालकांची व वरिष्ठांची नीतिमत्ता, ह्या सर्वच बाबतीत आज झपाट्याने बदल होत आहेत. तरीही या कादंबरीत स्त्रियांकडे बघण्याचा दृष्टिकोन, त्यांची करण्यात येणारी कोंडी, नोकरी करताना त्यांची होणारी कुंचबणा वगैरे गोष्टींचे दर्शन प्रामुख्याने घडते. आज स्त्रिया अधिकारी आहेत. उच्च पदावर काम करतात. त्याची सवय पुरुषांना होत आहे.

पण पूर्वी जेव्हा एकट्यादुकट्या स्त्रिया नोकरी करायच्या तेव्हा त्यांचे वर्चस्व, त्यांचा कामातील उत्साह, हुशारी, पुरुषांना सहन होत नसे. अशावेळी पुरुषी अहंकाराचे विषारी फूत्कार अनेक स्त्रियांना आयुष्यातून उठविण्यास कारणीभूत ठरत. लेखिका म्हणते, 'ही कादंबरी शिक्षणक्षेत्रावरील आहे ह्याचा मला अभिमान वाटतो. कारण शिक्षणाने जर माणूस सुसंस्कृत होतो, विचारप्रवण होतो, असे आपण मानत असू, तर आज सर्वच क्षेत्रांत बोकाळलेले अराजक आपल्याला दिसले नसते. ह्याचाच अर्थ शिक्षणाच्या संस्काराबरोबरच आजच्या शिक्षणसंस्था मुलांवर नको तेही चुकीचे संस्कार नकळत करतात. उच्च शिक्षणाच्या बाबत हीच गोष्ट दिसते. आणि मग तरुणांबाबत एक हतबलताच व्यापून उरते. त्यातही खासगी

शिक्षणसंस्थांमधून शिक्षणापेक्षा इतर गोष्टींचे स्तोम वाढलेले दिसते. अशा वेळी ज्या विद्यार्थ्यांसाठी संस्था काढलेल्या असतात, त्यांच्याच हिताचा बळी दिला जातो. आज तर सर्वांत जास्त व्यापार शिक्षणक्षेत्रातच चालतो, त्यामुळे ह्या क्षेत्रात स्त्रियांना घेणे वा टिकू देणे. संबंधितांना अडचणीचे ठरते. कारण स्वभावत: स्त्री प्रामाणिक असते!'

लेखिकेच्या या भूमिकेनुसार आणि मनात दाटलेल्या विषादामुळे ही कादंबरी लिहिली गेली. तृतीय पुरुषी निवेदनात्मक अशी ही कादंबरी शिक्षणक्षेत्रातल्या भ्रष्टाचारावर नेमके बोट ठेवते. त्याहूनही ती स्त्रीवर होणाऱ्या अन्यायाची अधिक वाटते. कादंबरीची सुरुवातच ग्रामकल्याण शिक्षणसंस्थेचे संचालक प्राचार्य टालेसाहेब अपघातात जातात, ज्यांनी अनुराधावर अन्याय केलेला असतो. या घटनेमुळे तिला घटना आठवू लागतात. अशा प्रकारच्या पद्धतीने अनुराधाच्या जीवनातील सर्व क्षण लेखिका चित्रित करते. अनुराधाला साहेबांची शेवटची भेट आठवते. त्यांनी एखाद्या व्हिलनसारखा दिलेला त्रास आठवतो. तीनदा इंटरव्ह्यू होऊनही प्राचार्यांनी तिला घेतले नव्हते, तेव्हा वीज पडून एखादे झाड दुभंगावे तसे तिचे व्यक्तिमत्त्व दुभंगले होते.

व्यक्तिचित्रणे -

नवऱ्याच्या समजवण्यामुळे सावरलेली अनुराधा पुन्हा उभारी धरते. साहेबांच्या मनासारखं वागायचं म्हणजे काय करायचं? मनाची व्याकूळता सांभाळत आणि मालक-नोकर यांचे संबंध लावत हात चोळण्यापलीकडे तिला पर्याय नसतो. नीतिमूल्याचा, कार्यकुशलतेचा पराभव असलेल्या या वातावरणात दुसरे काय घडणार? कॉलेजच्या सोयीपेक्षा स्वत:ची सोय बघणारे प्राचार्य स्वत: पिरेड घेणार नाहीत. पण अनुराधा प्रामाणिक असूनही तिला वेठीला धरत. विद्यार्थ्यांत प्रिय असलेली अनुराधा मात्र या गोष्टीकडे मग दुर्लक्ष करायची.

पण साहेबांना आपण नकोत हे तिने ओळखले. हाताखालील स्त्रीचं शारीरिक शोषण करण्यास पुरुषांना धन्यता वाटते हे तिला समजत गेलं. अनुराधाला काढून टाकून एक सोंगट्याचा डाव प्राचार्य खेळतात. एक अभ्यासक, समीक्षक, वक्ता म्हणून तिची वेगळी ओळख झाली असती; पण कॉलेजच्या नोकरीमुळे आणि राजकारणामुळे तीही गमावली गेली असे तिला वाटले. पण नंतर मात्र या नवनिर्मितीचा आनंद ती घेऊ लागली. हाती एक ठेवाच आला तिच्या. स्वत: पार्टटाईम जॉब स्वीकारून, प्राचार्यांच्या हातचं खेळणं होऊन तिला जीवन नकोसे झाले होते.

त्यातही तिने सन्मान पटकाविला होता.

एखाद्याच्या मर्जीप्रमाणे पायातला काटा काढून टाकावा इतक्या सहजपणे तिला तिचे सर्व हक्क डावलून काढून टाकले होते. आपल्या परीने तिची झुंज सुरू होती. 'दुपारचा प्रखर वाटणारा सूर्य आता मावळतीकडे झुकला होता. पुरुषत्त्वाच्या प्रखर अहंकाराचा सूर्य मात्र आकाश सोडायला तयार नव्हता. आकाशात ढगांची दाटी झाली होती. नुकताच पाऊसही येऊन गेला होता. अनुराधा बघत होती. डोळ्यावर हात ठेवत क्षितिजाकडे बघताना तिला सगळे बगळे मावळतीकडे जात असल्याचे दिसत होते. पांगलेले ते सगळे गोळा होऊ लागले होते. खरा सूर्य मावळत होता त्याच्या कृत्रिम प्रकाशात पांढरे बगळे मिरवणुकीतील विजय पताका वाटत होते. ती भान हरपून त्या बगळ्यांकडे बघत होती. कधीतरी ते बगळे तिच्याही विजय मिरवणूकीत मिरवणार होते. कधीतरी हा विजय तिलाही मिळणार होता.'' इथे कादंबरी संपते.

ही कादंबरी वाचून मन विषण्ण होतं. स्त्रियांच्या अन्यायाचे, दु:खाचे, वेदनेचे दिवस अद्यापही संपले नाहीत हे सांगणारी स्त्री इथे भेटते. यातील नायिका अनुराधा, हिचे व्यक्तिमत्त्व लेखिकेने चांगले चित्रित केले आहे. अख्खे शिक्षणक्षेत्रच आपल्यासमोर उभे केले आहे. कादंबरी खरोखरीच वाचनीय आहे.

अतिशय धीटपणाने हवी तेव्हा भाषेला वाकवून स्त्रीवरील अत्याचाराचे एक विलक्षण भेदक चित्रण या कादंबरीत बघायला मिळते. स्त्री एवढं लिहिण्याइतकी धीट झाली, यावरून तिचे भविष्य वाचकांनीच ठरवावे.

■

-: ४ :-

समारोप

स्वातंत्र्यप्राप्तीनंतरच्या काळात मराठी साहित्याला जेव्हा साचेबंद स्वरूप प्राप्त झाले, तेव्हा साहित्याला दलित आणि ग्रामीण साहित्यामुळे नवकळा प्राप्त झाली. दलित आणि ग्रामीण साहित्याने मराठी साहित्याचे साचलेपण दूर सारले आणि ग्रामीण साहित्याला एक जिवंतपणा प्राप्त करून देण्याचे कार्य काही साहित्यिकांनी केले. त्यातल्या तिसऱ्या पिढीच्या प्रतिनिधी म्हणून प्रतिमा इंगोले यांचे नाव घेता येते.

भौतिक बदलापेक्षा आंतरिक बदल अधिक महत्त्वाचा असतो. हा बदल महत्त्वाचा. म्हणूनच प्रतिमा इंगोले यांनी रूढी-परंपरेचे, तेथल्या मानसिकतेचे अंतर्बाह्य स्वरूप आपल्या कथांत नेमक्या शब्दांत चित्रित करण्याचा प्रयत्न केला आहे. काळाची गतिमानता त्यांच्या लेखणीने टिपलेली आहे. ग्रामजीवनाचे, तेथल्या निसर्गाचे, भौगोलिक वातावणाचे, तेथल्या जनजीवनाचे आणि संस्कृतीचे बदलत जाणारे चित्र नेटक्या शब्दांत त्या चितारतात.

आंतरिक बदल म्हणजे मूल्यात्मक बदल किंवा परिवर्तन. या दिशेने प्रतिमा इंगोले यांनी स्वातंत्र्य, समता, बंधुता याबरोबरच मानवी व वैज्ञानिक जीवनमूल्यांचा शोध घेण्याचा एक प्रयत्न केला आहे. समाजव्यवस्थेत स्त्री-पुरुष, दलित, सवर्ण, नागरी, ग्रामीण, आदिवासी असे विविध सवतेसुभे आहेत. या प्रत्येक साहित्याच्या निर्मितीमध्ये वेगवेगळ्या जीवनप्रेरणा, संस्कृती आणि सांस्कृतिक वातावरणही आहे. डॉ. आनंद यादव यांनी साहित्याच्या स्वरूपाचा, प्रेरणांच्या प्रवाहाचा विचार नेटकेपणाने मांडला. सुरुवातीला ग्रामीण साहित्य फक्त रंजकतेवर भर देत होते. हळूहळू हे साहित्य वास्तवाकडे वाटचाल करू लागले.

ग्रामीण जीवनातील दारिद्र्य, अज्ञान, अंधश्रद्धा-शोषण, पारंपरिकता, दु:ख, दु:खाचे विविध पदर हळुवारपणे चित्रित करू लागले. नंतरच्या पिढीतील लेखक तर ग्रामीण कथेत आत्मभान जागृतीचे चित्रण करू लागले. सदानंद देशमुख,

मेघना पेठे, राजन गवस, बाबाराव मुसळे, पुरुषोत्तम बोरकर इ. ग्रामीण कथाकारांची कथा या अर्थाने वाखाणण्याजोगी आहे. या लेखकांनी ग्रामीण जीवनाचे केलेले दाहक वास्तवाचे चित्रण जिवंत आहे. आत्मभान जागृत झालेल्या कथाकारांमध्ये प्रतिमा इंगोले यांचे नाव घेता येते. सुरुवातीच्या काळात ग्रामीण जीवनातील समस्या व वास्तव खुसखुशीतपणे हाताळणाऱ्या प्रतिमा इंगोले पुढे हळूहळू गंभीर होत जाताना दिसतात.

त्यांची जीवनदृष्टी अधिक विकसित होत गेलेली दिसते. म्हणूनच प्रतिमा इंगोले यांच्या कथांशिवाय ग्रामीण कथा पुढे सरकत नाही. 'सुगरनचा खोपा' या तिसऱ्या संग्रहात इंगोले यांनी वास्तवाचा शोध मोकळेपणाने घेतला. 'निवाऱ्याचा प्रश्न तरी कुठे सोपा असतो? काटेरी बाभळीलाच सुगरनचा खोपा असतो.' असा सुगरनच्या खोप्याच्या निमित्ताने त्या वाचकांशी मोकळेपणानी संवाद साधतात. खोप्याच्या प्रतीकातून ग्रामीण जीवनातील सामान्यांच्या दुःखाचा, स्त्रीच्या दुःखाचा उत्कटपणे आविष्कार करतात. 'जावायाचं पोर' यात स्त्रीवादी जीवन, जाणिवा अधिक ठळकपणे साकार झाल्या आहेत. मिया बिबी राजी ('हजारी बेलपान') बळी ('अकसिदीचे दाने') अशा कथांमधून कधीमधी दिसणारी त्यांची स्त्रीवादी पावले, 'जावायाचं पोर' मध्ये जाणीवपूर्वक वळलेली दिसतात. स्वतःच्या प्रस्तावनेत प्रतिमा इंगोले म्हणतात 'कहाणी ऐकायला सर्वांनाच आवडते पण ही शुक्रवार-शनिवारसारखी कहाणी नाही. ही अगदीच वेगळी! ऐक स्त्री जन्मा ही तुझी कहाणी!' अशी.

या कथासंग्रहातील त्यांची पहिलीच कथा त्यांच्या जागृत झालेल्या स्त्रीवादी जाणिवांचे यथार्थ सूचन करते. ग्रामीण स्त्रियांच्या जीवनात त्यांच्या वाट्याला आलेला अंधार दूर झाला पाहिजे असे त्यांनाही वाटते. परंतु वास्तवाचे भान त्या विसरू शकत नाहीत. ग्रामीण साहित्य किंवा स्त्रीवादी साहित्य जीवनातील प्रेरणांचे साहित्य आहे. ग्रामीण साहित्याला दलित साहित्यासारखे स्वतःचे तत्त्वज्ञान नसले तरी स्वतःची संस्कृती आहे. स्वतःची जीवन जगण्याची शैली आहे. या शैलीतून वऱ्हाडी साहित्य आपल्या जीवनविषयक जाणिवा व्यक्त करीत असते. स्त्रीवादी साहित्याला तर स्वतःचे फार मोठे परिवर्तनवादी तत्त्वज्ञान आहे. या सर्व बाबींचे नीटपणे आकलन करून घेऊन प्रतिमाताई 'साहित्य हे जीवनाचे प्रतिबिंब आहे ही सुज्ञ जाणीव ठेवून कथेच्या प्रवासाला निघाल्या आहेत.' हे डॉ. जयश्री तोटे यांचे प्रतिमा इंगोलेंच्या कथेबद्दलचे विधान अचूकपणे वेध घेते.

ग्रामीण स्त्रीच्या अगतिकतेचे, शोषणाचे, दुःखाचे, दुर्बलतेचे चित्र बदलले पाहिजे, असे प्रतिमा इंगोले यांना प्रकर्षाने वाटते. पण त्याच वेळेस समाजजीवनात हा बदल मुंगीच्या पावलाने होत आहे. मनुसंस्कृतीच्या पाशातून तिला आपला गळा

एकदम मोकळा करणे सहज शक्य नाही ही यथार्थ जाणीव आणि मर्यादेचे भान प्रतिमाताईंच्या लेखणीला आहे. 'अंधारपर्व', 'अमंगल युग' हे शैक्षणिक सामाजिक अंगाने विकसित झालेले पण पूर्ण विकासाच्या आधीच थोडे खुरटलेले... तरीही पुरोगामीत्त्वाची साक्ष देणारे संग्रह आधुनिक मानसिकतेला सामोरे जातात.

मुख्य म्हणजे त्यांच्या कथांतून 'स्त्री', तिचा धर्म हा धागा सुटत नाही. स्त्रीची घरादारात दुय्यम भूमिका, कधीकधी तर नगण्यच भूमिका, तिच्यावरील तथाकथित संस्कृतीचे पुरुषी वर्चस्वाचे दडपण व त्यातून होणारी कुचंबणा, तिचे शोषण, तिचा कुंठलेला विकास, तिची परवड, तिच्या वाट्याला येणारे दाहक वास्तव हे सारेच त्यांच्या कथांमधले स्त्रीत्वाचे पदर आहेत. 'लेक भुईची', 'हिरवे स्वप्न' यात समंजसपणा आहे. परिवर्तनाची आस त्यांच्या कथा नायिकेत आहे. ती संयमी, सोशीक आहे. त्यांचे वैचारिक लेखनही याच अनुषंगाने झाले आहे.

मूल्यगर्भी कथा -

ग्रामीण संस्कृतीत होणारी माणसांची गळचेपी, ढासळणारी संस्कृती मूल्ये, ग्रामीण स्त्रीची अवहेलना, तिची अगतिकता, तिचे भांबावलेपण या सर्व गोष्टींचे चित्रण ही तिसरी पिढी करीत आहे.

प्रतिमा इंगोले स्वत:च वैदर्भीय लेखिका संमेलनाच्या अध्यक्षपदावरून म्हणतात, 'मी ज्या लोकसंस्कृतीचा अभ्यास केला आहे त्यात प्राचीन काळी विदर्भात नागसंस्कृती अस्तित्वात होती. या नागसंस्कृतीत स्त्री ही केंद्रस्थानी होती... मातृसत्ताक व्यवस्था हीच प्राकृतिक व्यवस्था!' याचाच अर्थ प्रतिमाताईंच्या स्त्रीमुक्तीप्रधान व्यवस्थेची योग्य जाणीव व्यक्तिगत पातळीवर झालेली आहे. 'स्त्री मुक्त झाली की आसुरी तमोगुणांचा अंधार दूर होईल. आणि स्वातंत्र्य, समता, मानवता याची प्रकाश पहाट होईल.' स्त्रीमुक्तीवादाच्या जाणिवा आणि कलेची लेखणी या दोहोंचा समन्वय प्रतिमा इंगोलेंनी साधला, तर त्यांचे लिखाण विचारप्रवृत्त करेल. अंतर्मुखतेकडे वळणारी त्यांची कथा अधिक लवचीक झाली, तर ती कलात्मकतेच्या पातळीवर उंची गाठल्याशिवाय राहणार नाही.

'साहित्य केवळ विचारांच्या प्रचाराचे साधन नाही. ते संवेदना, भावभावना, कल्पना, चिंतन विचार इत्यादी विविध घटनांच्या अनुभवाचे संमिश्र मिश्रण आहे,' असे ग्रामीण साहित्याची समीक्षा मांडताना 'चंद्रकुमार नलगे' यांनी म्हटले आहे. हे सारे पेलण्याचे सामर्थ्य प्रतिमा इंगोले यांच्या कथेत आहे.

कथेपेक्षा कादंबरीचा अवकाश मोठा असतो. 'बुढाई' ही पहिलीच कादंबरी

ताकदीने लिहून प्रतिमा इंगोले यांनी प्रतिभेचे सामर्थ्य दाखविले. ग्रामीण जीवनातील असमतोलपणा व स्त्रीची परवड हाच विषय इथेही असला तरी ग्रामीण व नागर यांचा हा संवाद आहे. असा भाषेचा मेळ साधून ग्रामीण कादंबरीला एक स्त्री म्हणून बळ देण्याचा प्रयत्न इथे झालेला आहे. मात्र, 'पार्टटाईम' या शिक्षणक्षेत्रातल्या भ्रष्टाचारावर लिहिलेल्या कादंबरीत एका व्यक्तिगत अनुभवापलीकडे क्षितिज विस्तारत नाही, असे खेदाने म्हणावे लागते. शहरीकरणाकडे वळताना ग्रामीण भाषेचा पाया खिळखिळा तर होत नाही ना, याचेही भान त्यांना असायला हवेय; परंतु असे इथे घडताना दिसत नाही. एक धीट अनुभवाची प्रक्षोभक कादंबरी यापलीकडे तिचे ग्रामीण अंगाने मूल्यमापन करता येत नाही. तरीही नोकरीच्या जागी, स्त्रियांचे होणारे सर्वच पातळीवरील शोषण इथे धीटपणे मांडून एक ज्वलंत प्रश्नाला वाचा फोडली आहे. त्यादृष्टीने स्त्रीवादी कादंबरी म्हणून ती महत्वाची आहे. मात्र, 'बुढाई' पासून त्यांच्याकडून पुढील दर्जेदार कादंबरीची अपेक्षा करता येते.

भुलाईतील काव्यात्मकता -

कथा, कादंबरी आणि काव्यातही स्त्रीची बाजू प्रतिमा इंगोले मांडतात. 'भुलाई' या काव्यसंग्रहातून त्यांची ही बाजू पूर्णपणे स्पष्ट होते.

'दयतो दयन म्हनतो कायनी
गावात लपल्या अभागी बयनी'
'बोलता बोलेना बयनी गुनाच्या
झाकल्या उरात कायन्या सोताच्या'

'भुलाई'तही एका अंगाने हा वसा ग्रामीण स्त्रीजीवनाचे व त्यातही वऱ्हाडातील ग्रामीण स्त्रीचे चित्र कसे आहे याचा संकेत देतो, तर दुसऱ्या अंगाने ग्रामीण स्त्री जीवनाची नाळ आधुनिक परिभाषेत स्त्रीवादी साहित्याशी जोडतो. बोली भाषेतील साहित्याला नवे नवे परिमाण देण्याचे बीज त्यात दडले आहे. या बीजगर्भाचे पुनर्जन्म प्रतिमा इंगोले यांनी आपल्या लेखणीतून उतरवले पाहिजेत.

वऱ्हाडी बोली भाषेतल्या शब्दांची मूळच्या उच्चारानुसार दिसून येणारी श्रीमंती हे 'भुलाई' चे एक खास वैशिष्ट्य आहे, असे 'वामन तेलंग' यांनी म्हटले आहे. त्याची साक्ष या संग्रहात पटते. अभ्यासकांसाठी ही भाषेची सोय त्यांनी करून ठेवली आहे. वऱ्हाडी बोलीच्या मूळ घडणीशी अधिक जवळचे लिखाण म्हणून 'भुलाई'कडे बघता येईल.

स्त्रीवादी जाणिवा व्यक्त करताना त्या स्वाभाविकपणे, सहजपणे व्यक्त

करतात. स्त्रियांची मन:पूर्वकता, काहीसा हळवेपणा, बरीचशी भावुकता, वास्तवाचे भान या सर्व गोष्टी नैसर्गिकपणे, समतोलपणाने इथे व्यक्त होतात. वऱ्हाडी कृषिव्यवस्थेतील स्त्रीचे प्रत्ययकारी दर्शनच इथे चित्रित झालेले दिसते.

एकूण ग्रामीण साहित्याचा विचार करता 'प्रतिमा इंगोले' यांचे योगदान एक लेखिका, एक स्त्री म्हणून महत्त्वाचे आहे. या लेखनाशिवाय ग्रामीण साहित्याचा विचार पुढे सरकणार नाही.

■

भाग - ३

-: १ :-

प्रतिमा इंगोले यांच्या कथा-कादंबऱ्यातील स्त्रीचित्रण

प्रतिमा इंगोले यांनी लिहिलेल्या १) 'हजारी बेलपान' (१९८४) २) 'अकसिदीचे दाने' (१९८६) ३) 'सुगरनचा खोपा' (१९८९) ४) 'जावायाचं पोर' (१९८९) ५) 'लेक भुईची' (१९९१) ६) 'हिरवे स्वप्न' (१९९४) आणि ७) 'अंधारपर्व' (१९९९) या सात कथा संग्रहातून आणि 'बुढाई' (१९९७) व 'पार्टटाईम' (२००२) या दोन कादंबऱ्यांमधून आणि भुलाई ग्रामीण प्रदेशातील विशिष्ट स्वभावधर्म असणाऱ्या असंख्य व्यक्ती साकारल्या गेल्या आहेत. वऱ्हाडच्या एका विशिष्ट ग्रामीण परिसरातील प्रातिनिधिक जीवन, विशेषत: स्त्रीजीवन प्रतिमा इंगोलेंनी संवेदनशीलपणे टिपले आहे.

कथाकथनाची जन्मजात देणगी लाभलेल्या या लेखिकेने स्त्रीजीवनावर प्रकाश पाडणाऱ्या, स्त्रीची कोमल मनोवृत्ती, अंतरंगातील व्यथा चितारणाऱ्या कथा चित्रित केल्या आहेत. त्यापैकी कित्येक कथा मनाला चटका लावून जातात. त्या कथांचा तपशील पुढीलप्रमाणे आहे- 'मिया बिबी राजी', 'जोडन्हानी', 'ग्रुप सेक्रेटरी पोट्टं' ('हजारी बेलपान'), 'सोन्याचा गोफ', 'दारका', 'सर्वा', 'चाकोली', 'लोकावानी', 'बळी' ('अकसिदीचे दाने') 'भिंगरी' ही कथा 'सुगरनचा खोपा' या कथासंग्रहातली आहे. 'भोंड', 'सपन' ('लेक भुईची') 'पुलाचं वावर' ('हिरवे स्वप्न'), 'डुबतीची पावलं', 'परायाची लेक', 'वटी', 'पयस्याची मेख', ('लेक भुईची'), 'सोननिळं पाखरू', 'नागवेल', 'कल्लोळ', 'मंगळसूत्र', 'हव्यास', 'दुपवा', 'जावायाचं पोर' आणि 'परका' ('जावायाचं पोर') या सगळ्याच कथा स्त्रीचित्रणाच्या दृष्टीने उल्लेखनीय आहेत. ग्रामीण प्रदेशातील स्त्रीजीवनाचा एक आलेख या कथांमधून बघायला मिळतो.

साहित्य आणि समाज यांचा संबंध अन्योन्य असाच असतो. समकालीन राजकीय व सामाजिक स्थिती, रूढी, संघर्ष आणि यात एकरूप झालेले स्त्रीजीवन साहित्यातून अपरिहार्यपणेच प्रतिबिंबित होत असते. स्त्री सोसते त्या हालअपेष्टा,

तिचे परावलंबित्व याचे प्रत्ययकारी चित्रण कालप्रवाहात झाल्याचे दिसते. अगदी मराठीतील आद्य कवयित्री महदंबा, संतकवयित्री बहिणाबाई, वेणाबाई, कान्होपात्रा, जनाबाई यांनीसुद्धा स्त्री सुलभ भावनांचे विलोभनीय असे चित्रण केले आहे.

आधुनिक काळात बाबा पदमनजींनी 'यमुना पर्यटन' (१८५७) या कादंबरीत हिंदू विधवांच्या अनुकंपनीय स्थितीचे चित्रण केले. ह. ना. आपटे यांनी यमूचे हृद्‌गत 'पण लक्षात कोण घेतो? या कादंबरीत उलगडले. वा. म. जोशींच्या 'रागिणी' नंतर मराठी नायिका माजघरात बसून पुरुषांच्या बरोबरीने धर्म, व्यवस्था याविषयी धीटपणे चर्चा करू लागल्या.

भा. वि. वरेरकरांची 'विधवा कुमारी' (१९२८), पु. य. देशपांडे यांची 'बंधनाच्या पलीकडे ' यातून स्वतंत्र विचारांच्या नायिका समाजाला धक्के देऊ लागल्या.

हरिभाऊंच्या काळापासून काशीताई कानिटकरांनी 'रंगराव' (१९०३) आणि 'पालखीचा गोंडा' (१९२८) या दोन्ही कादंबऱ्यांतून तत्कालीन कौटुंबिक जीवनातील स्त्रियांची स्थिती रंगवली होती.

ना. सी फडके, ग. त्र्यं. माडखोलकर, सामाजिकतेचे भान असणारे वि. स. खांडेकर जेव्हा तंत्रशुद्ध लेखन करता करता कल्पना साम्राज्यात विहार करत होते, तेव्हाच विभावरीबाई शिरूरकर आणि गीता साने यांनी स्त्रीमनातील तोवर अव्यक्त राहिलेल्या भावभावनांचे वास्तव दर्शन घडवून स्त्री मनातील सूक्ष्मातिसूक्ष्म विचार - विकारांचा वेध घेतला. साहित्यातून होणाऱ्या स्त्रीचित्रणाला परिवर्तनाची एक नवीन दिशा विभावरीबाईंनी दिली.

इ. स. १९४० च्या सुमारास आपल्या देशात अवतरलेली यांत्रिक गतिशीलता, ध्येय हरवलेला दिशाहीन समाज, अस्थिर मन:स्थिती, कुटुंबाचे होत जाणारे विघटन याचा परिणाम नैतिक मूल्यांच्या पडझडीत, स्वअस्तित्वाविषयीच्या आशंकेत झाला होता. मर्ढेकरांच्या नवकवितेत या नवप्रवृत्तीच्या खुणा आधीच प्रकट होऊ लागल्या होत्या. नवकथेला अरविंद गोखले आणि गंगाधर गाडगीळ यांनी सूक्ष्म चिंतनाचे आणि अनेक पदरी जाणिवांच्या अभिव्यक्तीचे देणे दिले. चिं. त्र्यं. खानोलकर, शरच्चंद्र चिरमुले, राजेंद्र बनहट्टी यांनी या नवकथेच्या स्वरूपात लक्षणीय भर घातली.

नवकथालेखन मराठीत रुजू लागले त्या काळातील समकालीन लेखिकांनी मात्र या बदलत्या काळाची फारशी दखल घेतली नाही. वसुंधरा पटवर्धन, सरिता पतकी, अंबिका सरकार, कमल देसाई, विजया राजाध्यक्ष आणि आशा बगे यांच्या लेखनातून स्त्रीमनातील अनेक ताणांचे समर्पक चित्रण दिसते. गौरी देशपांडे, सानिया, रोहिणी कुलकर्णी, ऊर्मिला सिरूर यांनी लेखिकांच्या मर्यादित अनुभवविश्वाबाहेर पडून आधुनिक समूहातील व्यक्तीचे एकटेपण टिपले. नातेसंबंधांची न संपणारी

परवड आणि अभिव्यक्त न झालेली अनेक शल्ये त्यांनी बोलकी केली.

खेडे, तिथला निसर्ग आणि पारंपरिक मूल्ये यातून घडलेले ग्रामजीवन, तेथील संवेदनशीलता या विषयीच्या प्रतिक्रिया ग्रामीण साहित्यात उमटतात. स्वातंत्र्योत्तर काळात आनंद यादव यांच्या 'हिरवे जग' (१९६०) पासून ग्रामीण कविता फुलली. दिघे -ठोकळ यांच्या कथांमधून ग्रामीण जीवनाची चित्रणे येत. वास्तवापेक्षा त्यात अद्‌भुतरम्यता आणि अतिरंजितता होती. व्यंकटेश माडगूळकरांनी 'माणदेशची माणसे' मधून ग्रामीण कथेला बरेचसे वास्तव रूप दिले. उद्धव शेळके, शंकर पाटील, रा. रं. बोराडे, रणजित देसाई, अण्णाभाऊ साठे यांनी या क्षेत्रात मोलाची कामगिरी केली. त्यांच्या साहित्यातील स्त्रीचित्रणाचा वेध घेणे अभ्यासकांच्या दृष्टीने महत्त्वाचे आहे. याच संदर्भात असे दिसते की, प्रतिमा इंगोले यांच्या साहित्यातील स्त्रिया कौटुंबिक विश्वात उत्कटतेने समरस होणाऱ्या आहेत. त्यांच्यापैकी अनेकींच्या नशिबी जी घुसमट आली आहे ती लेखिकेने नितळ शैलीतून व्यक्त केली आहे. स्त्रीने स्त्रीविषयी संवेदनशीलतेने केलेले हे लेखन आहे.

त्यांच्या कथांमधील सगळी माणसे आपल्याला आपल्या आसपास वेळोवेळी नजरेस पडतात. या व्यक्ती आणि विशेषत: या स्त्रिया ग्रामीण विश्वातील स्त्री समाजाचे प्रतिनिधित्व करतात.

त्यांच्या कथांमध्ये कोवळ्या, निरागस, जोडीदाराविषयी स्वप्ने पाहणाऱ्या मुली आहेत. विवाहानंतर पती सहवासात रंगणाऱ्या नवोढा आहेत. (आषाढ, नवोढा - 'हिरवे स्वप्न'). काबाडकष्ट, अन्याय, घुसमट अनुभवणाऱ्या स्त्रिया आपली व्यथा नेमकेपणे शब्दबद्ध करताना त्यात दिसतात. घरातल्या नातेसंबंधांकडे स्वतंत्र बुद्धीने पाहण्याइतकी संवेदनशीलता आणि विचारशक्ती लाभलेल्या नायिका 'जावायाचं पोर' या कथासंग्रहातून पानोपानी त्यांच्या स्वतंत्र होत जाणाऱ्या व्यक्तिमत्त्वासह प्रकटतात.

पारंपरिक साच्यात वाढलेल्या या मुलींच्या अंतर्मनात भोवतीचे नातेसंबंध, विशेषत: पतीकडून मिळणारी वागणूक यामुळे वादळे उठतात. 'मुलगी साजरी असो की शिकलेली, स्वभावानी आणि गुणांनी ती जरी वरचढ असली तरा लग्नाच्या व्यवहारात तिचा भाव मातीमोल ठरतो' हे निरीक्षण 'सपन' या कथेतल्या नायिकेचे आहे. (कथासंग्रह : 'लेक भुईची') 'जावायाचं पोर' मधील 'दुपवा' या कथेतील समरतीला नाच्याचे काम करणारा नवरा नकोसा वाटतो. पण - 'बाईला आवडत नाही म्हणून आजवर कोणीतरी माणसाने बाईचे ऐकले का?' हेच तिच्या लक्षात आणून दिले जाते. कथांमधील बोलीभाषेत असणाऱ्या संवादांमधून असे प्रश्न सहजपणे पुढे येतात.

स्वत:च्या अस्तित्वाचे भान जागृत झालेल्या स्त्रिया 'जावायाचं पोर' या

कथासंग्रहात विशेषत्वाने नजरेत भरतात. या संग्रहातील 'हव्यास' मधील पत्नीला खुपते ती नवऱ्याची तिच्या केवळ सौंदर्यावर, कमनीय बाह्य रेषांवरच खिळलेली नजर. 'संघर्षास सिद्ध झाल्याशिवाय हे कल्लोळ थांबणार नाहीत' असे कल्लोळ कथेतील मालीला जाणवते. विश्वासघात करणाऱ्या नवऱ्यासाठी गळ्यात मंगळसूत्र वागवलेच पाहिजे का? (मंगळसूत्र) अशा प्रश्नापर्यंत धीटपणे जाऊन पोहोचवणारी स्त्री त्यांनी रंगवली आहे.

'नागवेल' ही सुद्धा 'जावायाचं पोर' या कथासंग्रहातली अत्यंत सूचक, काव्यात्म शैलीतली कथा स्वभान जागृत झालेल्या स्त्रीचेच चित्रण करते. 'आधाराला वृक्ष समजून कवटाळले तर तो पोकळ बांबू निघाला. नागवेल वेळूचा आधार नसला तरी जगते. तुडवल्या जाते पण जिती राहते.' या अनुभवापर्यंत येणाऱ्या स्त्रिया परंपरा नाकारण्याइतक्या बंडखोर तर नाहीत. पण कुटुंब, समाज, विवाह परंपरा याविषयी अनेक मूलभूत प्रश्न या स्त्रियांच्या मनात उभे राहतात. पुरुषांच्या आक्रमकतेने खूप दुखावल्या जाणाऱ्या, हळव्या होणाऱ्या आणि तरीही अनेकदा समर्पित होण्याकडे कल असणाऱ्या स्त्रियांच्या मानसिकतेचे पातळ पापुद्रे विविध प्रसंगांमधून उलगडण्याचा अवघड प्रयत्न या कथांमधून जाणवतो.

या बहुतेक कथांच्या पार्श्वभूमीवर परंपरागत ग्रामीण जीवन तेथील सण उत्सवासकट शब्दबद्ध केले आहे. अर्थात, ही छोटीशी गावे बदलत चालली आहेत. 'वान नदीनी पात्र बदललं. गावातली गढी खचत चालली तसे गावही बदलत चालले. माणसात माणुसकी राहिली नाही. ('गढी', 'कोळली ढन्न') तरीही फळाची हाव न धरता कर्तव्य प्रामाणिकपणे करणारी गुरुजींसारखी माणसे तिथे अजून आहेत. सगळे घरदार आपल्या कर्तृत्वावर तोलून धरणाऱ्या 'पांढऱ्या आजी' ('मायमका') सारख्या स्त्रियांच्या आठवणी ताज्या आहेत. केवळ कुटुंबातल्या माणसांवरच नव्हे, तर कष्टणाऱ्या बैलावर माया करण्याची या गृहलक्ष्म्यांची रीत आहे. ('दारका')

नातेसंबधात थोडा दुरावा काळानुसार आला तरी नाती अजून तिथे मूळ धरून आहेत. दीर-भावजयीतली मोकळी आपुलकीची भावना 'धुयमाती' या कथेत आहे. पुतणीसाठी नात्यातला कडवटपणा विसरणारा काका 'अकसिदीचे दाने' मध्ये आहे. दिराकडून लुबाडली गेलेली निरक्षर भावजय 'सर्वा' या कथेत आहे. सुनेला दुराव्याने, दुष्टपणाने वागवणाऱ्या सासवा 'चाकोली' व 'सोन्याचा गोफ' या कथेत आहेत. 'लोकावानी' वागणारा नवरा, परकी झालेली मुले आणि त्यामुळे बेघर झालेले आई-वडील, मुलीला जपता जपता परिस्थितीच्या चरकात पिळून निघणारे आई-वडील - ('डुबतीची पावलं', 'परायाची लेक', 'बळी') अशी कितीतरी माणसे त्यांच्या सुख-दुःखाविषयीचे गूज या कथांमधून करतात.

मध्यमवर्गीय सुखवस्तू पांढरपेशे जीवन ओलांडून खेड्यातले, प्रसिद्धीच्या झोतापासून दूर असणारे, एक प्रकारचे उपेक्षित असे जीवन प्रतिमा इंगोले यांनी चित्रबद्ध केले आहे. शहरी जीवनाची चौकट या कथांना नाही, तसेच मनोरंजनासाठी रंगवलेली प्रणयचित्रे या कथांमधे नाहीत.

या कथांमधली बहुतेक माणसे सामान्य आहेत. त्यांचे प्रश्न, त्यांच्या समस्या मामुली आहेत. त्यांच्या भावजीवनात डोकावून पाहिल्यास जाणवते की अगदी छोट्या छोट्या, साध्या गोष्टी त्यांना हव्या असतात. नवोढेला वाटते की नवऱ्याने आपल्यावर प्रेम करावे, आपल्यासाठी वेळ द्यावा, लोकावानी तिऱ्हाईतपणे वागू नये. सासुरवाशीण मुलीला वाटते की सासूने आपले दुःख, आपले कष्ट जाणावे, आपल्या माहेरच्यांचा मान ठेवावा. मुलाने -सुनेने विचारपूस करावी, पाठीशी उभे राहावे असे वृद्ध आई-वडिलांना वाटते. पोटच्या पोरांना परिस्थितीची झळ लागू नये म्हणून मायबाप तळमळतात. पण त्यांच्या या साध्याशा अपेक्षा धडपड करूनही पूर्ण होत नाहीत. मग मूळच्याच हळव्या आणि संवेदनशील असणाऱ्या स्त्रिया हळहळतात, तळमळतात.

कोणत्याही खलपुरुषाच्या कारवायांमुळे या कथेतील स्त्रियांच्या जीवनात अडथळे येत नाहीत. गरिबी, बेकारी, जागा टंचाई, रूढी या कारणांमुळें हे घडते. मग या स्त्रियांना खचल्यासारखे होते.

स्त्रियांच्या सहजप्रेरणांच्या आविष्काराला ज्या समाजात पाप समजले जाते त्या अनुभवांना या कथांमधून शब्दरूप देण्याचा लेखिकेचा प्रयत्न दिसतो. पावलोपावली वाकणे, अवमानित होणे यामुळे स्त्रीचे व्यक्तिमत्त्व कसे उद्‌ध्वस्त होते. त्याचेही दर्शन 'जावायाचं पोर' या कथासंग्रहातून घडते. स्त्रीच्या अंतरंगातील सहजासहजी नजरेस पडणाऱ्या भावनांना शब्दबद्ध करण्याची ही धडपड आहे.

या व्यथांचा, कधी कडवट एकलेपणाचा, निरर्थकतेचा आणि खंतावण्याचा वेध घेताना प्रतिमा इंगोले यांची स्त्रीपात्रे कधी आक्रस्ताळेपणाने वागत नाहीत. व्यथित करणाऱ्या अनुभवांना संयत, अनाग्रही शब्दांत व्यक्त केले जाते. बोलीभाषेतल्या या संवादांमध्ये, निवेदनामध्ये सहजता आणि प्रवाहीपणा आहे. लेखिकेने स्त्री पात्रांचे चित्रण कसे केले याचा आलेख काढण्यासाठी त्यांचे कथासंग्रह कालानुक्रमाने विचारात घेण्याचा प्रयत्न येथे केला आहे.

■

-: २ :-

कलाकृतीनुसार स्वतंत्र स्त्रीचित्रण

१. 'हजारी बेलपान' (१९८४)

प्रतिमा इंगोले यांच्या या पहिल्या कथासंग्रहातील एकूण ११ कथांपैकी जवळजवळ ७ कथांमधून स्त्रीचे भावविश्व रंगवले आहे. बाकीच्या ४ कथा पुरुषकेंद्री आहेत आणि पुरुषपात्राच्या आत्मनिवेदनपर शैलीतून या कथा साकार झाल्या आहेत, विनोदाने उजळून निघाल्या आहेत. 'चोरावर मोर', 'हजारी बेलपान', 'बापसे बेटा सवाई' आणि 'वस्या हिमते' अशी या कथांची शीर्षकं आहेत.

'मिया बिबी राजी' या कथेचे निवेदन करणारीचे नाव आहे 'पुस्पा'. आई-वडिलांची लाडकी, सुस्वरूप आणि विवाहाच्या कल्पनेने स्वप्ननगरीत वावरणारी पुष्पा दरवाजाच्या भेगेतून बघायला आलेल्या मुलाला पाहते. त्याचा गोरा रंग, ऐटबाज मिशा, धुतले कपडे यावर भाळते. लग्न झाल्यापासून तर सगळे जगच तिला सुंदर दिसायला लागते.

पुष्पाचे वडील मात्र ५०० रुपये हुंडा देण्याचे कबूल करून लग्नाच्या वेळी २५ रुपये कमी देतात. पैशाच्या या देण्या-घेण्यावरून या नवविवाहित जोडप्याचे वडील एकमेकांशी वाद घालत राहतात. दोघांची एकमेकात गुंतलेली मने डोळ्यांआड करतात. पुष्पाचे वडील तर तिला माहेरी नेतात आणि घटस्फोटापर्यंत ही मजल जाते.

पुष्पा मैत्रिणीकडून नवऱ्याला पत्र टाकते. प्रांजळपणे त्याच्याविषयीची ओढ पत्रातून कळवण्याइतकी ही मुलगी धीट आहे. हे नवविवाहित जोडपे आपापल्या घरातून पळून जाऊन एकत्र संसार थाटण्याचा बेत पारही पाडतात. 'नवऱ्याकडे पळून जाऊन काय गुन्हा केला? हा पुष्पाचा प्रश्न मिश्कील आहे, तसेच नव्या पिढीची स्वतंत्र निर्णय घेण्याची वाटचाल यातून सूचित होते. 'जोळन्हानी' (जोडन्हाणी) ही सत्यभामाची कथा आहे. पाच भावांची ही एकुलती एक बहीण सत्यभामा. टिमी

राजाची राणी होऊन राहील, असा माहेरच्यांचा विश्वास असतो. वेळोवेळी दृष्ट काढावी असे तिचे रूप.

'पोरीच्या जातीला शिकून काय करायचं?' अशी घरच्यांची परंपरागत विचारसरणी आहे. एकाच बैठकीत श्रीमंत आणि देखण्या मुलाशी तिचं लग्न ठरतं आणि लगेच पारही पडतं. त्यांचं सिनेमातल्यासारखं घर, घरातल्या फरशीवरसुद्धा रांगोळ्यांचं डिझाईन, भक्कम गडीमाणसं आणि घरातल्या प्रत्येक खोलीला जोडन्हाणी. टिमी हरखून जाते. त्या दोघांची सल एकच, त्यांना एकांत मिळत नाही. निरागस नवी नवरा टिमी तर कोरे कपडे, पूजाअर्चा, सासूने बोललेले नवस यात सासू-नणंदांच्या देखरेखीखाली बंदोबस्तात असते. तिच्या सहवासासाठी केलेली नवऱ्याची धडपड जोडन्हाणीमुळे कशी फलदायी होते, याची विनोदाचा प्रसन्न शिडकावा असणारी ही कथा. टिमीच्या निरागस आणि खेळकर शैलीतून, स्वभावातून सहज उमलणारी आहे.

'ग्रुप सेक्रेटरी पोट्टं' ही मालीची कथा आहे. ही मुलगीसुद्धा निरागस, कोवळ्या उमलत्या वयाची विवाहोत्सुक मुलगी. सुखवस्तू घरची देखणी पोरगी. योगायोगाने ज्या मुलाची विचित्र परिस्थितीत गाठ पडते तोच तिचा नवरा बनण्याचा योग येतो.

'भिकीचे कपडे'ची नायिका अंधश्रद्धेच्या आहारी गेलेली भावनाप्रधान स्त्री आहे. संततीसाठी दत्तात्रयाची उपासना करणारी ही मुलगी 'माहूरची देवीच घरी आली असावी' म्हणून दारी आलेल्या स्त्रीला घरातल्यांच्या नकळत पैसे देते, धान्य देते. तिचा दीरच तिला या अंधश्रद्धेच्या गळा मिठीतून सोडवतो.

'ठानं बाई अवचित' या कथेची नायिकासुद्धा आपल्या दुखण्यावर इलाज व्हावा म्हणून उमऱ्याला आसराईच्या ठान्याला जाते. शेजारीणच आपल्यावर करणी करत असावी, या संशयाने शेजारणीशी भांडते.

'खोयमोळी' (खोड मोडली) या कथेतील सासूचे शब्दचित्र ठसठशीत आहे. बसायला पुरी दमनी लागणारी ही बाई सगळ्या गावावर आणि स्वत:च्या घरादारावर दबदबा ठेवणारी आहे.

'धुयमाती' मध्ये एरवी मान वर करायला लाजणाऱ्या बायका भांग, कालवलेले वडे खाऊन सूदमूद नसल्यागत करतात, त्याचे बहारदार चित्रण आहे. पारंपरिक साच्यात, घरातल्या वातावरणात राजीखुशीने जीवन व्यतीत करणाऱ्या स्त्रिया या संग्रहात आहेत. स्वतंत्र बुद्धीने विचार करण्याची संवेदनशीलता यांना ठाऊक नाही.

❑

२. 'अकसिदीचे दाने' (१९८६)

या संग्रहातील एकूण ९ कथांपैकी ६ कथांमधून वैशिष्ट्यपूर्ण स्त्रीचित्रण आढळते.

'दारका' या कथेतली दारच्या वेलावर आणि कष्ट उपसणाऱ्या मुक्या जनावरांवर जीव लावणारी जेठानी लहान जावेला तर अगदी पाठच्या बहिणीगत वागवते. 'तुमी मला कदी मायेर आठू नाय देलं' अशी पावतीच लहान जावेकडून जेठानीला मिळते. लहान जाऊसुद्धा जेठानीने दिलेले संस्कार जपणारी, मायाळू आणि जनावरांवरसुद्धा माया करणारी आहे. म्हणूनच नंदीचे मरण तिला चटका लावून जाते. नंदी मेल्यावर त्याचे कलेवर इथेतिथे फेकले तर गिधाडं त्याचे लचके तोडतील, या कल्पनेने ती कासावीस होते. खेड्यातील जगण्याचा एक वेगळा पोत या दोघींच्या चित्रणातून आपल्या नजरेस येतो.

'सर्वा' मधील स्त्री पोटच्या पोरीचा जनम साजरा जावा म्हणून काबाडकष्ट करते. पहाटे उठून स्वयंपाक-पाणी आणि काबाडकष्ट करताना तिची हाडं खिळखिळी होतात. शेतावरचे धान्य कांडून, पाखडून मालकाला मोजून देतादेता घरी परतायला तिला रात्र होते. परतल्यावर पुन्हा चूल आहेच. तिचा उंचापुरा धिप्पाड पती मिलटरीत जवान होता. लढाईत त्याला वीरमरण आलं आणि 'छत्तर गेलं की बाईची जात फत्तर होते' याचा अनुभव पदोपदी पत्नीला येतो. त्याच्या विम्याचे पैसे दीर गिळंकृत करतो. निरक्षरपणा तिला भोवतो. पोरगी निमी, तिच्या जन्माचा उन्हाळा होऊ नये म्हणून ही जिवाचे रान करते. दिराने केलेला अन्याय ती निमूटपणे सहन करते.

'चाकोली' कथेत हळदीच्या अंगाने सासरी कष्ट उपसायला लागलेली नवरी आहे. हाताला विंचू डसला तरी डबडबल्या डोळ्यांनी ती निमूटपणे सडा-सारवण-स्वयंपाक पार पाडते. तिच्या नवऱ्याचा जीव तिच्या वेदना पाहून कळवळतो; पण आईपुढे तो बोलू शकत नाही. स्वत:च्या लेकीला विंचू डसतो तेव्हा मात्र सासूचा जीव कळवळतो. ही सासूची वागण्याची रीत नवरा-बायको दोघांनाही खुपते. पण बंड करणे केवळ या स्त्रियांच्याच नव्हे तर पुरुषांच्याही स्वभावात नाही. 'लोकावानी' या कथेतली गृहलक्ष्मी तर सारे घरचे लोक निजले असताना उठते. दिवसभर घडीची विश्रांती तिला मिळत नाही. खाष्ट नणंद, घरातून पळून जाणारा दीर आणि लोकांसारखाच तिऱ्हाईतपणे वागणारा, विनाकारण काट्याचा नायटा करणारा तिचा नवरा या सगळ्यांचा घेऱ्यात 'चुलीत जळताना रडणाऱ्या तुराट्या' तिला स्वत:च्या जळत्या, आक्रंदत्या मनासारख्या वाटतात.

'बळी' मधल्या 'नथी' भोवती तर परिस्थितीनेच जीवघेणा फास टाकला आहे.

१३ वर्षांची ही निरागस पोर पाटलाच्या विषयी नजरेत अडकते. 'पोरीला वाड्यावर धाड नाहीतर खुनाच्या अपराधात गुंतवीन, घरादारावर जप्ती आणीन' अशा धमक्यांमुळे वडिलांचे अवसान खचते. 'आपलं एकुलतं लेकरू नदी तर जवळ करणार नाही' या भयाने वडील नदीवरच जाऊन बसतात. आईचे डोळे झरत राहतात.

घाण्याच्या बैलागत कष्टाला जुंपलेल्या या स्त्रिया मनातले दुःखाचे, अपमानाचे कढ मनातच जिरवतात. नवऱ्यांची आणि सासूसकट मोठ्यांची प्रतिसादशून्यता, रुक्षपणा यामुळे दुखावल्या जाणाऱ्या या मुली रूढीबद्ध जगणे मात्र सोडत नाहीत. उलट 'सोन्याचा गोफ' मधल्या रुकमाईप्रमाणे कोणी काही बोंबलले तरी समजूतदारपणाने सगळे सहन करतात. त्याच्या अशा मर्यादाशील, सहनशील वागण्यानेच त्या सासरच्यांना आणि माहेरच्यांनाही भूषणास्पद वाटत राहतात असे या कथांमधून जाणवते.

❑

३. 'सुगरनचा खोपा' (१९८९)

या संग्रहातील एकूण ९ कथांपैकी 'सुगरनचा खोपा', 'धुईधानी', 'मावळती', 'इनवासे', 'भोवांडा' या पाच कथा पुरुषकेंद्री आहेत. 'लंगडा' या कथेत शिंगरु आणि त्याची आई यांचे चित्रण आहे. खेड्यातूनसुद्धा माणुसकी कशी परागंदा होते आहे, आदर्शांचा झपाट्याने ऱ्हास होतो आहे याचे चित्रण या कथांमधून आढळते.

या कृतघ्न आणि मतलबी बनत चाललेल्या समाजाचे चित्रण 'मावळती'त आहे. या किडलेल्या व्यवस्थेला सावरण्यासाठी धडपडणारे परबतराव 'इनवासे' मध्ये आहेत. 'बिऱ्हाड' या कथेत पाठीवर बिऱ्हाड घेऊन आश्रयाच्या शोधात वणवण फिरणारी पंचफुला आहे. पोटचा पोरगा वैरी झाला आणि ४-५ वर्षे हे वृद्ध जोडपे उघड्यावर दिवस काढत आहे. 'भिंगरी' या कथेतील गंगाबाईलासुद्धा घर असून अंगण पारखं झालं आहे. सुखाचा घास शोधता शोधता गंगाबाई अणि तिचा नवरा हे दोघेही म्हातारे झाले. विशेषतः गंगाबाई मुलांच्याच चिंतेने सदैव धास्तावली आहे.

पोटच्या पोरांच्या आक्रमकतेने निराश्रित झालेल्या, स्वतः मुलांसाठी घर तयार करून स्वतःच बेघर झालेल्या या दोघी केवळ नशिबाला बोल लावत परिस्थितीला शरण जातात. समाजाची सगळ्यांकडे बघण्याची बघ्याची भूमिका आणि माणसातले दिखाऊ, मतलबी नाते लेखिकेने या कथांतून रंगवले आहे. 'पेरणारे हात' या कथेत सहृदय वकिलीणबाईंचे धूसर चित्रण आहे. 'पेरणाऱ्या हातांना न्याय मिळायला हवा' अशी सदिच्छा बाळगणारी ही स्त्री आहे. बाकी पदोपदी अन्याय, अपमान

सोसणाऱ्या उपेक्षित स्त्रियांचेच चित्रण या संग्रहातून दृष्टीस पडते.

❑

४. 'जावायाचं पोर' (१९८९)

या संग्रहातील जवळजवळ सगळ्याच ११ कथा एका समान सूत्रात गुंफल्या आहेत. सध्याच्या कौटुंबिक, सामाजिक स्थितीत स्त्रीची होणारी घुसमट, त्याची स्त्रीला झालेली जाण, जागृत होणारे स्वभाव या कथांतील स्त्रीचित्रणांचा केंद्रबिंदू आहे. स्त्रियांसाठी आणि पुरुषांसाठी सामाजिक आणि व्यावहारिक मापदंड वेगळे का? ही सल त्यांना छळते. या स्त्रिया विशेष शिकलेल्या नाहीत, नोकरी करणाऱ्या नाहीत. परंपरागत कुटुंब पद्धतीत, रूढ विचारात त्या जगतात. पण स्त्री-पुरुष नात्याचे अनेक पैलू त्यांना अंतर्मुख करतात.

संवेदनक्षमतेने, प्रगल्भ प्रभावी शैलीतून स्त्रीचे चित्रण करणे हा या कथांचा हेतू आहे. कथासंग्रहात समाविष्ट केलेली 'पद्य कहाणी' स्त्री जन्माची समर्पक आणि काव्यात्मक कहाणी आहे.

'सोननिळं पाखरू' या कथेतील सूनबाई नाजूकसाजूक तुपासारखी. नवरा धसमुसळा. दारूपायी सोन्यासारख्या संसाराचा तो विचका करतो आणि त्याला शिक्षा होऊ नये म्हणून 'चहा करताना साडी पेटली' असेच सांगत सूनबाई मरण पत्करते. सोननिळे पाखरू बनून आपल्या संसाराभोवती भिरभिरते.

'नागवेली' मध्ये चौघा भावांची कौतुकाची एकटी बहीण. वाऱ्यावर झुलणाऱ्या हिरव्या कोवळ्या नागवेलीशी तिचे अतूट आणि घनिष्ठ नाते आहे. समाजात शिकलेला मुलगा गवसत नाही. तेव्हा बारी समाजातल्याच बऱ्यापैकी शिकलेल्या मुलाशी लताचे लग्न होते. संसाराचे हिरवेपण जून होण्यापूर्वीच नवऱ्याचे विवाहबाह्य संबंध तिच्या कानी येतात. पैसे, सायकल, रेडिओ तिने वडिलांकडून आणावे म्हणून त्याचा तगादाही सुरू होतो.

आई-वडिलांना दु:ख नको म्हणून हे घाव ती सोशीत राहते. या घरी कोणासाठी राहायचे? आधाराला वृक्ष समजून कवटाळलं, तो तर पोकळ बांबू निघाला याची खंत तिला आहे. आणि तिला समजतं की बांबूच्या आधारापासून सुटलेली नागवेल खाली पडते, पण जगते. हे भान लताच्या चित्रणाला उभारी देते. 'मंगळसूत्र' कथेतली पत्नी नवऱ्याने केलेला विश्वासघात लक्षात आल्यावर 'मंगळसूत्राची गरज नाही' या धीट निर्णयापर्यंत आली आहे.

'कल्लोळ' कथेतील विवाहिता नोकरी करणारी, आर्थिकदृष्ट्या स्वतंत्र अशी

स्त्री. सुरेख मुलाशी तिचे लग्न होते आणि मुलगी मार्गी लागली म्हणून आई-वडील आनंदतात. पण नवऱ्याने आपल्या व्यभिचाराला वाचा फुटू नये म्हणून ही ३० वर्षांची कुरूप मुलगी पत्नी म्हणून स्वीकारली आहे. विहिरीला पाणी लागावे, इमारत पक्की व्हावी, शेतात भरपूर पीक यावं म्हणून जसा कुणाचातरी बळी दिला जातो तसा हिचा बळी दिला आहे. नवऱ्याची प्रेयसी आहे तिची मोठी जाऊ. घरंदाजपणा, कुलीनपणा या अवगुंठनाचा त्याग केला पाहिजे, संघर्षाशिवाय मनातले कल्लोळ थांबणार नाहीत' या निर्णयापर्यंत आलेली स्त्री या कथेतून साकार केली आहे. 'हव्यास' कथेतल्या पत्नीच्या लक्षात येते की, आपल्या शरीर सौंदर्यावरच आपला नवरा आसक्त आहे. तिचा कमनीय बांधा बिघडेल म्हणून तिला अपत्येच होऊ नयेत असा त्याचा कठोर निर्णय आहे. त्याचा हव्यास तिला तिरस्करणीय वाटतो. मनातले मायेचे कढ आवरत स्वतंत्रपणे उभे राहण्यासाठी, त्याच्याकडे पाठ फिरवण्यासाठी कटिबद्ध होणारी ही स्त्री खुरट्या व्यक्तिमत्त्वातून बाहेर पडताना दिसते.

'दुपवा' कथेतली समरती नवऱ्याचे अर्धनारी-नटेश्वराचे सोंग पाहून नाराज होते. 'बाईला पसंत नाही म्हणून माणूस कुठे ऐकत असतो?' अशी तिची समजूत घातली जाते; पण समरती मात्र त्याच्यापासून दूर होण्याचा निर्णय घेते. बेसूर संसाराची बंधने तोडण्याचा तिचा धीट निर्णय लेखिकेने या कथेत टिपला आहे.

'जावायाचं पोर' ही अनसूया आणि तिची मुलगी शांता दोघींची कथा आहे. शांता दिसायला वडिलांसारखी कुरूप; पण तिच्या घरच्या श्रीमंतीला भुललेला जावई भेटला. घरदार पाहायलाच त्याला बायको हवी होती. अनपुरनीशी त्याचे आधीपासून संबंध असल्याचे शांताच्या लक्षात आले. 'तो पुरुष होता म्हणून मुक्त होता. बाहेरख्याली असून बोहल्यावर चढू शकत होता.' याची खूणगाठ शांता बांधते.

पण तिच्या पोटच्या पोराला तिचा नवरा लळा लावतो. शाळेतून परस्पर पोराला स्वत:कडे नेऊन दावा साधतो. आणि विभक्त होऊ इच्छिणाऱ्या शांताच्या काळजाचा तुकडा कोर्टात न्यायाधीशासमोर वडिलांजवळ राहण्याची इच्छा व्यक्त करतो. विश्वासघातकी जावयाचे पोर, ज्याला ९ महिने जिने उदरात वागवले त्या आईकडे आणि अनसूया आजीकडे पाठ फिरवून निघून जातं. यातील दोघीही स्त्रिया व्यथित आणि उदास करणाऱ्या अनुभवांना सामोऱ्या जातात.

'परका' या कथेत जिचा मुलगा परका बनला आहे अशा आईची व्यथा शब्दबद्ध केली आहे. वडिलांच्या मागे आईनेच मुलाला वाढविण्यासाठी खस्ता खाल्ल्या असतात. पण आज त्याच्या फ्लॅटमध्ये तिचे सोवळे, तिची पूजाअर्चा याची व्यवस्था होणे अशक्य बनते. वैफल्यग्रस्त, व्याकूळ, कासावीस मुलगा, सासूसाठी थोडेही जमवून घ्यायला तयार नसणारी सून आणि त्यांच्या फ्लॅटमधून

समजूतदारपणे गावी निघून जाणारी वृद्ध आई यांचे चित्रण या कथेत आहे.

एकूण 'जावायाचं पोर' या कथासंग्रहातल्या बहुसंख्य नायिका स्वत:च्या मर्यादांशी झुंज देण्यास उभ्या ठाकल्या आहेत. संस्कारसंपन्न पण बंडखोर कृतीपर्यंत येऊन पोहचलेली स्त्री यात आपणास आढळते.

❑

५. 'लेक भुईची' (१९९१)

गरिबीमुळे असाहाय्य बनलेली स्त्री 'लेक भुईची' या संग्रहातल्या एकूण अकरा कथांपैकी अनेक कथांमधून आपणास भेटते.

'डुबतीची पावलं' ही हृदयाला स्पर्श करणारी कथा आहे सीताची. कास्तकार जनकरावाच्या तीन पोरींपैकी ही सगळ्यांत मोठी. तिचं लग्न वडिलांनी पक्क केलं आहे. पण निसर्ग त्याची परीक्षा घेतो. पेरण्या झाल्या की पाऊस दडी मारतो. कसंबसं पीक उभं राहिलं की धो धो कोसळतो. सालभराची मेहनत वाया जाते. सीताबाई आपल्या मनातली स्वप्नं खोल लपवते. जनकराव पैशांची जुळवणी करू शकत नाही. कधी कोणाचं वाईट चिंतलं नाही, घाम गाळला. पण त्याला अस्मानी संकटांनी पिसं लागतं. बावरलेली सीताबाई उजाडण्यापूर्वी विहिरीचा तळ गाठते. एका उमलत्या कळीच्या स्वप्नांची माती होते ती ही व्यक्तिरेखा. ग्रामीण जीवनात नित्य आढळणारी ही व्यथा.

'परायाची लेक' कथेतली माहेरच्या आठवणींनी वारंवार व्याकूळ होणारी मुलगी. सासरची मोठी जाऊ पैसेवाल्या घरची म्हणून सगळ्यांची लाडकी. केसरला मात्र सूर्य उगवण्याआधी घरकामाला लागावे लागते. दिवस मावळेपर्यंत घरासाठी राबणाऱ्या केसरचे सासूला जराही कौतुक वाटत नाही. 'बायकोच्या आयुष्यावर नवऱ्याचा हक्क असतो. पण नवऱ्यावर मात्र बायकोची काहीच सत्ता नसते.' असाच केसरचाही अनुभव. 'बानी मला मोठ्या घरी कशाला दिलं? इथे एकही गोष्ट मनासारखी होत नाही. घडी घडी मन मारावं लागतं. नणंदेचा तोरा, सासूचा पारा आन घरधन्याचा मारा यात सासुरवाशीण मोडून पडते. बे आधार होते.' ही केसरची व्यथा प्रातिनिधिक स्वरूपाची आहे.

'मायमका' मधली कर्तृत्ववान पांढरी आजी ग्रामीण प्रदेशातील जुन्या पिढीतील स्त्रियांचेच प्रतिनिधित्व करते. उंचीपुरी, गोरीपान, अंगभर दागिने आणि एखाद्या लक्ष्मीसारखे तिचे मेण्यातून वाड्याबाहेर जाणे सगळेच वैशिष्ट्यपूर्ण आहे.

अतिशय हिमतीने आणि हिकमतीने दरोडेखोरांना पळवून लावून वाड्यातले ऐश्वर्य राखणारी आजी दीर्घकाळ लक्षात राहणारी संस्मरणीय स्त्री आहे.

स्त्रीचा जन्म आणि दलितत्व असा दुहेरी शाप भोगणारी पुंजी 'वटी' कथेत आहे. तिची पूर्ण जिंदगी ज्याच्या त्याच्या आश्रयाखाली गेली आहे. तरी तिची उपेक्षा, तिचा अपमान, तिची गरिबी याविषयी कोणालाच कळवळा नाही.

'पयस्याची मेख' कथेतील हातावर पोट असणाऱ्या संपत्याच्या मुलीचं लग्न तिसरेपणाच्या मुलाशी ठरते. 'आपली कोवळी अन् साजरी पोर पैस्यानं नडली म्हणून अशी ढकलावी लागली.' म्हणून आई-वडिलांचे काळीज कळवळते. निष्पाप पोरीला कशाचीच खबरबात नाही. शहरातल्या प्रमाणे छोट्या गावातही एकमेकांबद्दल कळवळाच उरला नव्हता.

'भोंड' कथेतली दुर्गी कोवळ्या वयाची. दिवसभर तान्ह्या भावाला लोढण्यासारखी सांभाळते. खेळण्याचे वय असल्याने छोट्या भावाकडे तिचे दुर्लक्ष होते आणि उंचावरून पडून तो जिवाला मुकतो. तिची आई गोकुळी दुर्गीच्या भरवशावर मुलांना सोडून पोटासाठी वणवणत असते. मन मारून तिला पैसे कमवायला जाणे भागच असते. 'ही गरिबीच फार वाईट' असेच या स्त्रियांच्या कष्टांचे आणि अनुभवांचे सार आहे.

'सपन' मधली नायिका दहावीत शिकत असणारी आणि दरवर्षी पहिल्या नंबरने पास होणारी मुलगी. पण खेड्यातील रिवाजानुसार बँकेत नोकरीला असणारा मुलगा पाहून तिचे लग्न ठरवण्यात आले. 'नवरा जितका साजरा तितका लगीन बाजारात त्याचा भाव अधिक. मुलगी मात्र साजरी असो की शिकलेली असो, स्वभावानी, गुणांनी वरचढ असली तरी तिचा भाव मात्र मातीमोल' ही जनरीत त्या हुशार मुलीने आपल्या मनात नोंदवली आहे.

मांडवात नवरा मुलगा रुसला. 'त्यांची हुंड्याची हाव पूर्ण करायची नाही. मी हे लग्नच करत नाही. दहावी पास करून ट्रेनिंग घेऊन मास्तरीण होईन मी. त्याला गोफ दिला तर मी आडात उडी मारेन' असं सांगण्याइतकी, असा निर्णय घेण्याइतकी ही मुलगी धीट आहे. स्वत:चे कमजोर, दुबळे, सतत तडजोड करणारे मन इथे स्वतंत्र आणि धीट झालेले दिसते.

❑

६. 'हिरवे स्वप्न' (१९९४)

या संग्रहातील एकूण अकरा कथांपैकी पाच-सहा कथांमधून स्त्रीस्वभावाचे

काही पैलू नजरेस पडतात.

'आषाढ' कथेतली उमा ही नवविवाहित तरुणी. तिच्या मनात अजून माहेरचेच भिजलेपण रेंगाळते आहे. सासरी आल्यावर तिने स्वत:च्या वागण्यात समजूतदारपणा मुरवला आहे. सासरच्या सगळ्या माणसांबद्दल तिच्या मनात धास्ती आहे. तालुक्याला शिक्षक असणारा नवरा तालुक्यात बिऱ्हाड थाटून तिला घेऊन जाणार म्हणून ती अधीरपणे त्याची वाट पाहते. नवऱ्याच्या सहवासात फुलणारी, त्याच्या दुराव्याने कोमेजणारी उमा या कथेत आपणास भेटते.

'पुलाचं वावर' कथेतली पत्नी एक चांगली सहधर्मचारिणी आहे. तिच्या नवऱ्याने जिल्ह्यातली वकिलीची प्रॅक्टिस सोडून तालुक्यालाच प्रॅक्टिस करण्याचा निर्णय तिला विश्वासात न घेता स्वत:च घेतला आहे. नवऱ्याचे आर्थिक व्यवहार जाणून घेण्याचा तिचा हक्क वेळोवेळी डावलण्यात येतो. दुखावली गेलेली ही गृहिणी संसारातली ही बाजू विसरण्याचा, तडजोड स्वीकारण्याचा खूप प्रयत्न करते. 'बायका नवऱ्यावर जिवापाड विश्वास टाकतात. नवरे मात्र विश्वास असल्याचे नाटक करतात. हातचं नेहमी राखून ठेवतात.' ही खूणगाठ या गृहिणीने बांधून ठेवली आहे.

'हळवी भीती', 'हिरवे स्वप्न' या दोन्ही कथांतल्या नायिका हळव्या, हळुवार मनाच्या आहेत. नवरा घराबाहेर गेला की, त्याच्या काळजीने व्याकूळ होणारी पत्नी 'हळवी भीती' या कथेत आहे. तिचा नवरा मात्र तिच्यात न गुंतणारा, स्वत:पुरतंच पाहणारा आहे.

'हिरवे स्वप्न' मधला नवरा अंग राखून साथ देणारा, हातचं राखून हौस भागवणारा आहे. यातली हळवी पत्नी लग्नानंतर मन मारायला शिकते. 'हिरव्या स्वप्नां'ना उद्ध्वस्त होण्याचा शाप असतो, असा निष्कर्ष या मुलीने काढला आहे. 'गहिवर' या कथेत गुंफाचे मातृहृदय रंगवले आहे. 'युगुल' आणि 'आखरी' या दोन्ही कथांत नवऱ्याच्या सहवासासाठी उत्सुक, लाजऱ्याबुजऱ्या स्त्रीचेच दर्शन घडते.

❑

७. 'अंधारपर्व' (१९९९)

या कथासंग्रहातील नऊ कथांपैकी चार-पाच कथांमध्ये स्त्रीस्वभावाचे पैलू नजरेस पडतात. मुख्यत: शिक्षणक्षेत्रातील अनर्थकारक परिस्थितीचे चित्रण या कथांमधून लेखिकेने केले आहे. प्रतिमा इंगोले यांच्या या कथासंग्रहात ग्रामीण वातावरण, ग्रामीण बोली याचे प्रतिबिंब नाही. आज तळागाळातले लोक शिकायला लागले

आहेत. राजकारणाच्या उपद्रवामुळे शिक्षणक्षेत्रही भ्रष्टाचारात बुडते आहे. हिंसक, हट्टी, दुराग्रही विद्यार्थी आणि पोटार्थी शिक्षक यामुळे शिक्षणक्षेत्रात आणि पर्यायाने समाजात जे अंधारपर्व सुरू झाले त्यापैकी काही मर्यादित अनुभवांचे हे चित्रण आहे.

'विद्यादान' कथेतील निलूला शिक्षणक्षेत्राविषयी, शिक्षकांविषयी कमालीचा आदरभाव आहे. सांसारिक कर्तव्ये त्रागा न करता नेटाने पार पाडणारी निलू असोशी बाळगून आहे. 'विद्या स्वत: मिळविण्यापेक्षा ती दुसऱ्यांना देण्यात खरं आत्मिक समाधान असतं' ही तिच्या वडिलांची शिकवण तिच्या मनात खोल रुजलेली आहे. शिक्षक बनण्याचे तिचे स्वप्न मात्र सहजासहजी पूर्ण होत नाही.

'प्रतिष्ठित' या कथेत परिस्थितीची बळी ठरणाऱ्या विधवा असणाऱ्या प्राध्यापिकेचे पात्र आहे. प्राध्यापक ओरबडेंची आईसुद्धा जुलमाला बळी पडल्याची खंत त्या प्राध्यापकाच्या मनात आहे.

'ठिणगी' मध्ये विषयलंपट प्राचार्य आणि इतरांचाही अन्याय का सोसावा म्हणून बंड पुकारणारी स्वाती आहे. 'विनावेतन' मध्ये शिक्षणक्षेत्रातील शोषणाचा अनुभव घेणारी शिक्षिका आहे.

'गुरुदक्षिणा' या कथेतील प्रा. श्रद्धाताई पन्नाशीला पोहचलेल्या परिपक्व प्राध्यापिका आहेत. मुलींच्या शिक्षणाविषयी त्यांना आत्मीयता आहे. असा प्रयत्न करणाऱ्यांना आर्थिक साह्य करायला त्या तयार असतात. पण आज विद्येच्या पवित्र क्षेत्रात अनैतिक घटनांना पूर आल्याचे पाहून त्या व्यथित होतात. सत्तेपुढे गुडघे टेकणारे, गुन्हेगारांना अभय देणारे त्यांना आढळतात. विद्यार्थ्यांना नीतिमूल्यांची चाड नाही, शिक्षक केवळ पोटार्थी बनून तडजोडी स्वीकारतो आहे हे 'अंधारपर्व' त्यांना असह्य वाटते आणि शेवटी त्या आपल्या पदाचा राजीनामा देतात.

जेव्हा विद्येचा व ज्ञानाचा पराभव होतो, तेव्हा माणूस दुर्गतीला पोहचतो. आज संपूर्ण शिक्षणक्षेत्रच काजळकाळे झाले आहे. झाकोळून गेले आहे! हे प्रतिमा इंगोले यांचे उद्‌गार अगदी खरे आहेत. खालचा वर्ग शिकू लागला, स्त्री शिक्षण घेऊन नोकरीला लागली तरी प्रकाशापेक्षा काळोखाचे पर्वच सर्वत्र सुरू झाल्याच्या खुणा स्पष्ट आहेत. शिक्षणक्षेत्राला लागलेली पैशाची कीड, नासके राजकारण आणि स्त्रीवरील अन्याय, विद्यार्थ्यांची दुर्दशा या साऱ्याच गोष्टींवर मूलभूत विचार करून लेखिकेने शिक्षणावर आधारित या कथा लिहिलेल्या आहेत. मनातल्या उद्वेगाला एक वाट करून दिली आहे. हा शिक्षणक्षेत्रातील मांडलेला विचार एकट्या लेखिकेचा नव्हे, तर तो सर्व जनमानसाचा विचार आहे. समाजापर्यंत हा विचार पोहचविण्याचे एक मोठे कामच लेखिकेने या कथांतून केले आहे.

या कथांतील स्त्रीचित्रण हे नेमके अन्यायावर बोट ठेवते. यातील सर्वच

स्त्रिया या सुशिक्षित समजदार, म्हणूनच वैचारिक पातळीवर लढा देणाऱ्या आहेत. इथे स्त्रीवादी भूमिका लेखिकेने घेतली नसली तरी स्त्रीवादी जाणिवांचा या लेखनाला स्पर्श झालेला आहे. म्हणूनच स्त्रीच्या आत्मसन्मानातून, आत्मभानातून आलेल्या या कथा आजच्या शिक्षणक्षेत्राचे खरे चित्रण करू शकतात. स्त्रीवादी जाणिवेचे एक प्रखर रूपच इथे बघायला मिळते.

❑

८. ग्रामीण कादंबरी - 'बुढाई' (१९९९)

प्रतिमा इंगोले यांच्या या ग्रामीण कादंबरीत तीस प्रकरणे आणि दोनशे त्र्याहात्तर पानांमधून गोकर्णी आणि सत्तू या मायलेकींचे हृदयस्पर्शी चित्रण आढळते.

आज खेड्यातली घरे बांधण्यासाठी योग्य असणारी जमीन (पांढरी) ही वसान (ओसाड) पडून आहे. शहर प्रदेशातली पिकांखाली येऊ शकणारी काळी जमीन मात्र आज घरे, विशेषतः फ्लॅटस् बांधण्यासाठी वापरली जाते आहे. पावसाच्या पाण्याने फुगणारी आणि उन्हाळ्यात भेगा (बुढाया) पडणारी ही काळी जमीन ग्रामीण स्त्रीचेच प्रतीक आहे. भेगांमुळे ही जमीन खोलवर तापून निघते. पहिल्या पावसाने ती आतवर भिजते. शहरीकरणात या जमिनीच्या नैसर्गिकतेवरच आक्रमण होते आहे असेच लेखिकेने या प्रतीकातून सुचवले आहे.

पूर्वी एकसंध असणारे ग्रामजीवन आज भेगाळले आहे. शहरीकरणाचे आकर्षण, अनुकरण, अतिक्रमण या तिहेरी रेट्यात खेड्यातली कुटुंबे आणि विशेषः तेथील स्त्रियांचे जीवन उद्ध्वस्त होते आहे. अशाच गोकर्णीची ही प्रातिनिधिक कथा आहे.

पोट भरण्यासाठी परिस्थितीच्या रेट्याने शहरात येऊन पडलेली गोकर्णी अंतःकरणात काळजीच्या बुढाया (भेगा) वागवतच जगते. तिची एकुलती एक कोवळी पोरगी सत्तू शहरातील विकृत नजरांची शिकार बनते आणि असाहाय्य गोकर्णाला उघड्या डोळ्यांनी हे बघावे लागते. पैशांच्या आणि सर्वच प्रकारच्या शिकार होणाऱ्या स्त्रीची ही कहाणी तशी सार्वत्रिकच म्हणायला हवी. स्थळ, काळाच्या मर्यादा या कथेला नाहीत. वऱ्हाडी बोलीतील संवादातून ही चित्रणे प्रभावी उतरली आहेत.

गोकर्णा शहरात नवजीवन कॉलनीत राहायला, कामाला येते ती जागा, म्हणजे देशमुखांचे पूर्ण वावर, पैसेवाल्यांनी एकदमच विकत घेतले आहे. सोसायटीच्या

बांधकामावर देखरेखीसाठीच गोकर्णा आणि तिचा बुढा तिथे येऊन पोहचले आहेत.

खेड्यातल्या गरीब घरची, तोंडावर देवीच्या खुणा वागवणारी ही गोकर्णी. सावत्र आईच्या जाचात आणि गरिबीतच तिचे बालपण करपले आहे. कधी हौसेने दिवाळीला माहेरी गेली, तर भाऊबीजेला एकही भाऊ बोटभर कापड देत नाही की तिच्या लेकराच्या हाती खाऊसाठी एखादा रुपया ठेवत नाहीत. वयात आल्यावर जोडीदाराची स्वप्ने गोकर्णा पाहू लागते आणि अतिशय रोड, अशक्त, स्वभावाने गरीब पण प्रामाणिक असणाऱ्या आणि रोजंदारीवर जगणाऱ्या नवऱ्याबरोबर ती हिमतीची स्त्री संसार करू लागते. बुढ्याची ही दुसरेपणाची बायको त्याच्या लाडाची बनते. दिव्याला धरावा तसा तो तिला आडोसा धरू लागतो.

कस्तुरी जेठानी तर तिची माय बनते. पारबता आत्याबाई तिच्या सुख-दुःखाला उभी ठाकते. पण पोट भरण्यासाठी गोकर्णा शहरात येऊन पोहचते. तिच्या मनावर एकटेपणाचे दडपण येते. शहरातल्या काळ्या जमिनीप्रमाणेच ती निस्तेज, कळाहीन दिसू लागते. जास्त पैसे मिळविण्यासाठी फ्लॅटचे खड्डे बांधण्याचे कष्ट उपसायला लागते. कोणाचा शेजार ना पाजार. अशा वेळी एकटेपणाचा प्रश्न अजगराचे रूप धारण करून तिला गिळू लागतो. शेजारच्या बंगलेवाल्यांची विषयी नजर आपल्या पोरीवर खिळलेली पाहून 'सत्तूचे लग्न करून टाकावे' असा निर्णय ते पती-पत्नी घेतात.

मुलीची पसंती गौण ठरवली जाते. कुबड असणाऱ्या पोराचं दिसणंही लोकरीतीप्रमाणे गौण ठरतं आणि सत्तूचं लग्न पार पाडलं जातं. सत्तूच्या जीवनाचं मातेरं होताना गोकर्णाला ते उघड्या डोळ्यांनी बघावं लागतं. तिच्या मनाला पडलेल्या या भेगा म्हणजेच ही कादंबरी. ग्रामीण स्त्रीच्या जीवनाची होलपट दृष्टीस पडते.

गोकर्णा आणि बुढ्याची उतरत्या वयात झालेली लेक सत्यवती (सत्तू) तशी वावरातच वाढते. शाळेत गळनी (मैत्रिणी) मिळत नाहीत, मास्तर शाळा झाडायला लावतात म्हणून ती शाळेतच जात नाही. घरातून पळून गेलेल्या पोराचा अनुभव पाठीशी असल्याने सत्तूला आई-वडील कधी रागवत नाहीत.

'शहरात गेल्यावर सत्तू शिकून सवरून कमावती झाली की परतू खेड्याकडे' असा विचार गोकर्णा करते. पोरीच्या जातीला आयुष्यभर धावणं आणि शिजवणंच असते हे गोकर्णा जाणून आहे. सत्तूसुद्धा सोसायटीच्या पलीकडे असणाऱ्या वस्तीतून म्युनिसिपालटीच्या नळावरून खुशीने पाणी भरते. गावात विहिरीवरून पाणी भरावे लागे. त्यामानाने नळावरून पाणी भरणे हसत खेळत जमते हे तिला जाणवते. आजवर तिच्या गोकर्णी मायला आयती भाकर कधी मिळाली नव्हती. ती सत्तूकडून मिळू लागते.

बुढ्याला बरेच पैसे चौकीदारीतून मिळू लागले आणि सत्तूचे शरीरही फुलू लागले. विषारी नजरांपासून लेकीला वाचविण्यासाठी सत्तूचे लग्न करून टाकण्याचा विचार तिच्या आई-वडिलांनी पक्का केला. तिच्या मनाचा विचार करण्याची आवश्यकता कधी कोणालाच वाटली नाही.

दोन अपरिचित पोरं तिला ओरबाडण्याची संधी बघत होती आणि सत्तूचा जीव कसनुसा होत होता. त्यातच तिची पसंती गौण ठरवून, पोराच्या दिसण्याकडे दुर्लक्ष करून तिचं लग्नही उरकलं जातं.

सत्तू अचानक बदलते. हट्ट करत नाही. मनमोकळे बोलतही नाही. बळी चढणाऱ्या बकऱ्याप्रमाणे परिस्थितीला ती शरण जाते. लग्नवेदीवरच तिचा जणू बळी दिला जातो. तिला लग्नानंतर प्रथमच माहेरी आणायला बुढा जातो. पंधरा वर्षांची ती कोवळी पोर त्याला करपलेली दिसते. नवरा खाटिक बनून रात्रभर तिच्या देहावर तुटून पडत असतो. माहेरच्या लाडात चिंब भिजणारी सत्तू सासरी जिव्हाळ्याला महाग झाली असते. तिचं नाजूक शरीर आणि अलवार मन करपून गेलेले असते.

तिच्या मागोमाग जावई गोकर्णीकडे येतो. कामधंदा न करता गावभर फिरून जेवायला घरी हजर होतो. सत्तूचे नवजात बालक शेवटच्या घटका मोजत असतानाही हा माणूस आपल्या लेकीकडे वळूनही पाहत नाही.

रात्रभर पडणारा पाऊस, वाढती थंडी यात तापाने भणभणलेली ती नात मांडीवर घेऊन तिची गोकर्णा आजी रात्रभर जागत असते. पण सत्तू, गोकर्णी आणि बुढा यांच्या नजरेसमोर त्या लेकराची प्राणज्योत मालवते. त्यांच्या दुःखात सहभागी व्हायला नवजीवन नगरातील काळी माती तेवढी भोवती असते. त्या कोवळ्या, अकाली करपलेल्या अंकुराला ती काळी माती स्वतःत सामावून घेते.

एवढ्याने सत्तूची आणि गोकर्णीचीही दुर्दैवी कहाणी संपत नाही. सिमेंटच्या इमारतीने काळ्या जमिनीच्या काळजात पाय रोवून उभे राहावे तसा सत्तूचा नवरा त्या ओल्या बाळंतिणीच्या छातीवर पाय देऊन उभा ठाकतो. जीवघेण्या असह्य कळांनी सत्तू किंचाळत सुटते. आपल्या नातीवर माती लोटून परतणारी उदास, भकास आणि हतबल गोकर्णा धावत जाऊन सत्तूला पोटाशी धरते.

खेड्यातून पोटासाठी शहरात आलेल्या कोवळ्या, सुकुमार सत्तूचे उमलते जीवन शहरात कसे वसान (ओसाड, उद्ध्वस्त) झाले त्याची ही कथा आहे. 'बुढाई' ही प्रतिमा इंगोले यांची कादंबरी (१९९९) आणि 'भुलाई' हा त्यांचा कवितासंग्रह दोन्ही पुस्तकांतून स्त्रीचे प्रतिमारूप चितारले आहे. या चित्रणातून निर्माण होणारी अर्थाची वलये विस्तार पावत, अनेक पदरी होत जातात. या 'गावातल्या अभागी बयनीं'च्या कथा आहेत.

त्यांच्याच एका कवितेत म्हटल्याप्रमाणे -

''पैजनाची शप्पत तुले
नाव मायचं राखजो
सोसन्याचा माया वसा
तू तरी लेकी तोळजो''

असा 'सोसण्याचा माझा वसा तोडण्याची शप्पथ लेकीला घालणारी आई' त्यांच्या काव्यात डोकावते. पण सोसण्यात जन्म घालवणाऱ्या मायलेकीच त्यांच्या कथा-कादंबऱ्यांमधून अधिक संख्येने आढळतात. 'जावायाचं पोर' (१९८९) आणि 'लेक भुईची' (१९९१) या कथासंग्रहातून मात्र स्वतःचे जगणे, स्वतःचे दाहक, हिडीस, करुण, कोमल, हळवे अनुभव तपासून पाहणाऱ्या, स्वतःचे माणूसपण जपण्यासाठी धडपडणाऱ्या स्त्रिया जाणवतात. त्याचे विवेचन त्या त्या संग्रहाच्या संदर्भात केले आहे.

❑

९. स्त्रीवादी कादंबरी - 'पार्टटाईम' (२००२)

या कादंबरीत शिकलेल्या आणि अंशकालीन प्राध्यापिकेची नोकरी करणाऱ्या अनुराधाची व्यथा शब्दबद्ध केली आहे. स्त्रियांकडे बघण्याचा पुरुषांचा दृष्टिकोन आणि शिक्षणक्षेत्रातही नोकरी करताना स्त्रियांची केली जाणारी कोंडी, कुचंबणा याचा अनुभव अनुराधाने घेतला आहे. स्त्रीची हुशारी, कार्यकुशलता, कार्यालयातील प्रभाव पुरुषी वृत्तीला सहनच होत नसल्याचे ती बघते.

इरसाल असभ्य शब्द वापरणारे प्राचार्य, प्रामाणिक माणसांचा छळ निमूटपणे पाहणारा समाज आणि शिक्षणक्षेत्रातील कामचुकारांची बजबजपुरी हे बघताना अनुराधाला खंत वाटते. अशा या समाजात स्त्रीने कर्तृत्व गाजवण्याचा प्रयत्न केला, तर घरच्यापेक्षा दारचेच तिच्यावर पाळत ठेवतात. असे एकापेक्षा एक कटू अनुभव महाविद्यालयात पाच वर्षे नोकरी करताना तिच्या वाट्याला येतात.

पूर्वी जेव्हा जेव्हा मालक-नोकर संबंध यायचा, तेव्हा तेव्हा स्त्रियांना अन्याय सहन करावा लागायचा. आजही सुशिक्षित आणि आधुनिक म्हणविल्या जाणाऱ्या समाजात कार्यकुशल महिलेचा तेजोभंग केला जातो हे अनुराधा पाहते.

प्राचार्य महिना महिना कॉलेजात येत नाहीत. त्यांच्यासाठी नियमांचे बंधन नाही. इंटरव्ह्यूला आलेला कँडिडेट नको होता म्हणून आपला उपयोग सोंगटीसारखा

करण्यात आला याची जाणीव तिला होते.

प्राध्यापकाची नोकरी सगळ्यांत सोपी. आठवड्यातून सहाच दिवस काम. तिथे आपल्या ज्ञानाला उजाळा मिळेल अशीच अनुराधाची गोड समजूत असते.

'तरुण भारत' ची मध्यमा पुरवणी प्रिय असणारी ही उदयोन्मुख लेखिका. तिला लेखणी प्रिय असते. लेखनापासून ती निर्मितीचा आगळा आनंद अनुभवत असते. नागपूरच्या मान्यताप्राप्त संस्थेचे वैचारिक लेखाचे पहिले बक्षीस मिळाल्याने तिच्यात आत्मविश्वास आला असतो. तसेही शब्दसामर्थ्य आणि वाक्चातुर्य वंशपरंपरेने तिला लाभले असते. प्राचार्य मात्र तिच्या गुणांची, प्रामाणिकपणाची कधी थोडीही कदर करीत नसतात.

पुरुष सहकारी आपल्या स्त्री सहकाऱ्यांची टिंगल-टवाळी करण्यात, चहाड्या करण्यात आणि अर्थाचा अनर्थ करण्यात स्वत:ला धन्य समजतात हे अनुराधाच्या लक्षात येते. तिच्या प्रगतीला खीळ घालण्यात सगळेच कसे हातभार लावतात, हे स्पष्ट करणारे अनुराधाच्या महाविद्यालयीन जीवनातले अनेक बोलके प्रसंग कादंबरीच्या ओघात आले आहेत.

तिला साहित्य संमेलनात सहभागी होण्याचे आमंत्रण येते, तेव्हा राष्ट्रीय सेवा योजनेच्या कँपचा अडथळा उभा केला जातो. 'अधिकारी सूर्य आणि कर्मचारी सूर्यफूल' अशी ही तऱ्हा नायिकेच्या अस्मितेला धक्कादायक वाटते.

अंशकालीन प्राध्यापिका हे पद वेठबिगारीचेच स्वरूप आहे. या अंशकालीन प्राध्यापकांना मतदानाचा अधिकार नसल्यामुळे शिक्षक संघटना त्यांच्या दुर्दशेची आणि त्यांच्यावरील अन्यायाची दखलच घेत नाहीत, असे परखड विचार अनुराधाने व्यक्त केले आहेत.

'ऑगस्टमध्ये ऑर्डर मिळणार आणि मार्चमध्ये कामावरून त्यांना कमी करणार. रोजंदारीवर काम करणाऱ्या मजुराइतकेही वेतन त्यांना मिळत नाही. त्यांना कोणत्याही सवलती नाहीत, अधिकाराची तर बातच नको' अशा प्रकारे महाविद्यालयांमधून उच्चविद्याविभूषितांचे जे शोषण होते त्याला अनुराधाने स्पष्ट शब्दांत वाचा फोडली आहे. अखिल भारतीय स्तरावरील साहित्याच्या व्यासपीठावर आपल्या कलेचा ठसा उमटवणाऱ्या या स्त्रीचे हे विचार बोलके आहेत.

तिचे पुरुष सहकारी प्राध्यापक रोज उशिरा येतात, पहिल्या पिरेडला चाट मारतात. त्याकडे सर्रास दुर्लक्ष करण्यात येते आणि प्राचार्य तिच्यावर नाराज असल्याचे बघून सगळेच तिला तुच्छतेने वागवू लागतात. पाच वर्षांच्या प्रामाणिक कामाचे फळ म्हणून नोकरीवर तिची निवड होण्याचा तिचा हक्क डावलण्यात येतो. आपल्यावरील धडधडीत अन्यायाला शब्दरूप देण्याचा अनुराधाचा प्रयत्न म्हणजेच

ही कादंबरी आहे. विचार करण्याची क्षमता असणाऱ्या स्त्रीचेच हे चित्रण आहे.

प्रतिमा इंगोले यांच्या कथाविश्वातल्या अशा या वैशिष्ट्यपूर्ण स्त्रिया आणि त्यांनी टिपलेले असंख्य बरेवाईट अनुभव म्हणजे या कथा, कादंबऱ्या. दर्यापूरला राहणाऱ्या लेखिकेच्या वाट्याला मर्यादित अनुभवक्षेत्र आले असले तरी त्यांच्या लेखनात, व्यक्तिचित्रणात आणि अर्थातच स्त्री चित्रणात एक विकास आढळतो. आपल्या जगण्यातले कुरूप-सुरूप अनुभव शब्दबद्ध करता करता स्वत:चे जगणे ही स्त्री तपासून बघते. कथा सजवण्याकडे लेखिकेचा कल नाही.

पुरुषांच्या सहवासात फुलणारी, संसाराच्या दावणीला जखडली गेल्याने अस्वस्थ होणारी, कधी शरीरावरचे अन्याय सहन करताना नाउमेद होणारी व कोमेजणारी आणि नंतर हळूहळू जिद्दीने स्वतंत्रपणे जगण्याची उमेद बाळगणारी स्त्री त्यांच्या कथाविश्वात आढळते. त्याचा आलेख त्यांच्याच कथाविश्वातून शोधला. आई, मुलगी, प्रेयसी, पत्नी, अशी स्त्रीची विविध रूपे, माहेर, सासर, घर, नातेवाईक, विवाहबाह्य संबंध, पुरुषप्रधान समाजात वाट्याला आलेली फरफट असे अनुभवांचे पदर यात आहेत. आपले माणूसपण नकारल्याची वेदना या स्त्रियांनी बोलकी केली आहे. आयुष्यभर तडजोडी करत जगलेली स्त्रियांची जुनी पिढी आणि जोखडातून मुक्त होण्यासाठी धडपडणारी नवी पिढी असा हा स्त्रीचित्रणाचा प्रवास आहे.

■

-: ३ :-

उपसंहार

१९७५ पासून स्त्रीवादी विचारांची लाट येऊन आत्मचिंतनास सुरुवात झाली. ज्या व्यापक संस्कृतीमधून भारतीय स्त्री घडत गेली, तिच्या घडणीचा ऐतिहासिक शोध घेतला गेला. आजपर्यंत इतिहासातून स्त्रियांना वगळले होते. स्त्रीमुक्ती चळवळीचेही साखळी संबंध तयार झाले होते. अशा या आंतर सांस्कृतिक अभ्यासातून स्त्रिया भोवतालच्या बंधनांना कशा सामोऱ्या गेल्या - यावर स्त्रियांनीच लिहिलेली पुस्तकेही महत्त्वाची मानली गेली. 'संत कवयित्री' हे इंदुताई शेवडे किंवा 'पेशवेकालीन स्त्रिया', 'स्त्री प्रश्नांची चर्चा', 'स्त्री-पुरुष तुलना' - ताराबाई शिंदे, 'स्त्रीस्वातंत्र्य वादिनी' विनया खडपेकर इत्यादी पुस्तकांतून या प्रश्नावर चर्चा केली गेली. २० व्या शतकाच्या पहिल्या अर्धशतकामध्ये, गीता साने, मालती बेडेकर, कृष्णाबाई मोटे आणि शकुंतला परांजपे अशा चौघींनी लेखन केले. स्त्रीविषयक विचारांचे अत्यल्प महत्त्वाचे संदर्भ या पुस्तकांमध्ये दिलेले आहेत. समाजाच्या वृत्तीत बदल होणे ही क्षणार्धात होणाऱ्या सत्तापालटासारखी गोष्ट नाही, ती एक प्रदीर्घ काळ करावी लागेल अशी प्रबोधनाची गोष्ट आहे.

सामान्यत: मध्यमवर्गीय पांढरपेशा स्त्रियांचे लेखन अधिक आहे. त्यापुढे नोकरी करणाऱ्या स्त्रियांचे अनुभवविश्व असलेल्या कथांमध्ये हे मध्यमवर्गीय जीवन प्राधान्याने येणे स्वाभाविक आहे. स्त्रियांनी स्त्रीजीवनविषयक प्रश्नांना मध्यवर्ती ठेवून कथालेखन केले आहे. आणि जे अनुभव केवळ स्त्रियांच्याच वाट्याला आलेले आहेत त्यांना कथानुभव म्हणून पुढे आणले आहे ही जमेची बाजू आहे. शिवाय कुटुंबकथेच्या पलीकडचे अर्थकारण, राजकारण, धर्मकारण, तत्त्वज्ञान या क्षेत्रांनाही त्यांनी कथाविश्व बनवले आहे. पद्मजा फाटक, गौरी देशपांडे, विजया राजाध्यक्ष, सानिया, आशा बगे, प्रिया तेंडुलकर, मेघना पेठे इत्यादी कितीतरी लेखिकांनी मुक्त वळणाचा जीवनाशय असलेल्या कथा लिहिल्या आहेत. स्त्री कथेची परंपरा पचवून

आधुनिक कथेला त्यांनी न्याय दिला आहे. कलात्मक तंत्राचा सर्जक उपयोग, स्त्रीनिष्ठ भाषिक प्रयोगांचा मुक्त वापर, आणि अनुकरणापासून दूर राहून केलेले लेखन ही स्त्रियांच्या कथांची वैशिष्ट्ये ठरली आहेत.

मध्यमवर्गीय स्त्रीकथालेखिकांच्या पार्श्वभूमीवर ग्रामीण कथेचा विचार केला तर ग्रामीण भागातील स्त्री सुशिक्षित नसली तरी मुक्त आहे. अलीकडे ग्रामीण साहित्याला आणि ग्रामीण साहित्यविषयक चळवळीला महाराष्ट्राच्या वाङ्मयीन आणि सांस्कृतिक जीवनात अर्थपूर्ण स्थान प्राप्त होत आहे. आधुनिक ग्रामीण साहित्याची चळवळ संपूर्ण महाराष्ट्राच्या वाङ्मयीन व सांस्कृतिक जीवनात व्यापक व सर्वस्पर्शी प्रबोधन घडवून आणीत आहे. डॉ. आनंद यादव, रा. रं. बोराडे, डॉ. नागनाथ कोतापल्ले डॉ. द. ता. भोसले या ग्रामीण लेखकांनी ग्रामीण साहित्यात सहकार्य दिले आहे. 'वास्तवाच्या पलीकडे झेप घेऊन मानवी मनाची मूलभूत स्पंदने आणि गाभा गाठण्याचा प्रयत्न करते, ती प्रादेशिकता अस्सल प्रादेशिकता मानता येईल. व्यापक सनातन मूलभूत असे मानवी संबंध सूचित करणारी प्रादेशिकताही खरीखुरी मानता येईल यात शंका नाही.' असे जेव्हा डॉ. भोसले म्हणतात तेव्हा त्यांचा नवीन दृष्टिकोन लक्षात येतो. या पार्श्वभूमीवर डॉ. प्रतिमा इंगोले यांचे साहित्य तपासून पाहिले तर लक्षात येते की 'हजारी बेलपान' किंवा 'बुढाई' ही कादंबरी या दोन कलाकृती या नवीन दृष्टिकोनाला न्याय देतात.

कोणत्याही अर्थाने व्यक्तिस्वातंत्र्याची कल्पना खेड्यात रुजणारी नसते. तेथे खूपदा शोषक आणि शोषित एकाच परिस्थितीचे बळी असतात. तिथले सगळे भावबंध भोवतालच्या अनेक गोष्टींवर अवलंबून असतात. एक लवचीक समजूतदारपणा, सोशीकपणा हा तिथल्या जगण्याचा कणा असतो. नाईलाजाने का असेना पण एक दुसऱ्याची सोय-गैरसोय पाहणं, एका मर्यादित अर्थानं आवश्यक ठरतं. स्त्रीचं स्वतंत्र म्हणून काही आयुष्य आहे हे आजही तिथं कुणाच्या मनात येणार नाही. जगण्याबद्दलच्या, अभावांच्या, विनाशाच्या अटळ परिस्थितीच्या आणि समंजस स्वीकारशीलतेच्या परिघात तिथलं जगणं कळत नकळत बांधलं गेलेलं असत. स्त्रीमुक्तीची चळवळ तशी मध्यमवर्गीयांचा उंबरठा ओलांडून झोपडपट्टीत आणि गावकुसाबाहेर पोहचली नाही. किंवा अशा अनुभवसृष्टीतून पोळून निघालेल्या स्त्रियांनी कथालेखन केले नाही, ही गोष्ट खरी असली तरी प्रतिमा इंगोलेंच्या कथांमधून स्त्रीविशिष्ट अनुभव, त्यांची भाषा, त्यांच्या भोवतालचे विश्व गुंफले गेले आहे हे पुष्कळशा कथांवरून लक्षात येते. 'सोननिळं पाखरू' या कथेतील देवगाईसारखी नाजूक, तुपासारखी साजूक, खेळत्या लेकराची माय जाळून मेल्याची गोष्ट कथाविषयासाठी निवडली आहे. तिला जाळून मारले, तिने जाळून घेतले, की तो एक अपघात होता या

विषयीचे गूढ कायम ठेवत ही कथा लिहिली असली तरी तिच्या सासूला आपला दारुडा मुलगा सुनेच्या मृत्यूला कारणीभूत झाला आहे याची खात्री आहे. स्त्रिया या संवेदनशील असतात. त्यांना पुरुषी धसमुसळेपणा, त्यांचे गैरवर्तन मानवत नाही. पण त्या प्रतिकारही करू शकत नाहीत. त्यांचे अबलापण अखेरीस त्यांचाच जीव घेते. (जावायाचं पोर) - स्त्रिया स्वत:ला जाळून घेऊन आत्महत्या करतात. परंतु त्यांनी जी किंमत मोजलेली असते त्याचा काहीच परिणाम समाजाच्या मानसिकतेवर होत नाही.

'सुगरनचा खोपा' या संग्रहातील 'भिंगरी' आणि 'बिऱ्हाड' या दोन्ही कथांमध्ये स्त्री व्यक्तिरेखा केंद्रवर्ती आहेत. पण 'भिंगरी'मधील गंगाबाई परिस्थितीशरण आहे. सतत विस्कटत जाणाऱ्या घराच्या काळजीने दोघीही सतत धास्तावलेल्या आहेत. पण पंचफुलाला त्रास होऊनही पोटासाठी कष्ट करण्याची ताकद तिच्यात आहे. कायमच्या आसऱ्यासाठी ती झटते आहे. घरासाठी जगणारी ही स्त्री आहे. आणि मनाने मुक्त आहे. गंगाबाईला स्वत:चे घर असूनही तिची परवड थांबत नाही. स्त्रीच प्रश्न समजू शकते या नात्याने प्रतिमा इंगोले त्यांच्या नायिकांचे प्रश्न सोडवत जातात. पोटाची भूक आधी नंतर स्वातंत्र्य या सूत्राला धरून 'भोवंडा' कथेत दारिद्र्य - पोट भरणे हे विषय आधी नंतर स्त्रियांचे प्रश्न, स्वातंत्र्य असे सूचित केले जाते.

स्त्रीमनाचे चित्रण 'अकसिदीचे दाने' या संग्रहातील काही कथांमध्ये आले आहे. विशेषत: 'सोन्याचा गोफ' या कथेतून स्त्रीच्या मोठेपणाचे चित्रण दिसून येते. सासरच्या माणसांची प्रतिष्ठा सांभाळणारी सून इथे दिसते. तर 'चाकोली' यात स्त्रीची सासू व सून ही दोन रूपे प्रकाश टाकतात. आईचे मन जेवढे मुलीसाठी तळमळते, हळहळते, तेवढे सुनेसाठी नाही, तिथं मात्र तिचं मन कठोर होतं. हा स्त्री स्वभावातला नमुनाच इथे चित्रित झाला आहे. स्त्रीवर अन्याय करणारा पुरुष 'लोकावानी' व 'बळी' या कथांमध्ये आढळून येतो. पण या स्त्रिया परिस्थितीला शरण गेलेल्या आहेत. ग्रामीण स्त्रियांचे जे भावविश्व आहे, ते या कथांमधून पाहिलं की कळतं, ते किती भयावह आहे, निराशाजनक आहे. कारण अजूनही ग्रामीण भागात स्त्रीचे जगणे दु:खमयच आहे. या स्त्रियांत कुठेही करारीपणाचे तेज दिसून येत नाही. परंतु वऱ्हाडी स्त्रियांच्या निर्मळ मनाचे दर्शन, म्हणी व वाक्प्रचार यातून वऱ्हाडी बोलीचे खुललेले सौंदर्यदर्शन मात्र स्पष्ट होते. 'दारका' या कथेतली आई, शंकरची चुलती नंदी मेल्याचं वृत्त ऐकताच जवळचा माणूस गेल्यासारखी रडते तेव्हा म्हणते, "शंकऱ्या, अरे त्या लोकाईच्या हाती नोको दिवू रे नंदीले! ते त्याचं कातळं सोलतीन आन कुठई देतील त्याले टाकून आन मंग गिधाळ, ढोक त्याचे लचके तोडतील. रे! अरे, रायली त्याची दारका पन - सरगत तरी काहाळ रे!" स्त्री

विशिष्ट अनुभवाचा पदर इथे या कथेत सापडतो.

'सोन्याचा गोफ!' यातील स्त्रीधन कसे वापरले जाते अशा स्त्रीचं दर्शन लेखिका घडवते. तर 'चाकोली' यातून स्त्रीच्या, त्यातही आईच्या, मनाचं दुःख व्यक्त केलंय. गर्भारशी स्त्रीही किती हिंमतवान असते. तिच्या मनोव्यथांचे दर्शनही एका स्त्रीविशिष्ट दृष्टीपासूनच लेखिका व्यक्त करते. डॉ. प्रतिमा इंगोले ह्या स्त्रियांच्या मनाची उकल आणि त्या स्त्रियांच्या मनातील जाणिवांची गुंफण एका स्त्रीत्वाच्या भावनेतून करतात. आपल्या पिढीचं अतिशय दमदारपणे चित्रण करून तिचं प्रतिनिधित्वही त्या करतात. स्त्रीमनाच्या अनेक पातळ्यांवर त्यांची कथा व्यक्त होत राहते.

मौखिक परंपरेत स्त्रियांच्या भावभावनांचा आविष्कार जरी ठळकपणे जाणवत असला तरी त्याची चौकट पारंपरिक आणि कुटुंबाशी निगडित अशीच प्रामुख्याने होती. पण आजचं वास्तव अतिशय विदारक आहे. अनेक पातळ्यांवर बाईला आज संघर्ष करावा लागतो. अगदी सर्वार्थानं बरोबरीच्या अशा कामाच्या ठिकाणी सुद्धा खूपदा बाईकडे बाई म्हणूनच अधिक पाहिलं जातं. तिथला दुय्यमपणा याच कारणामुळे तिच्या वाट्याला येतो. अशा या जगात अगदी घरीदारी सगळीकडे 'रात्रंदिन आम्हा युद्धाचा प्रसंग' असणाऱ्या वातावरणात वावरणारी बाई आज आधीपेक्षा मोकळी, जबाबदार, आत्मसन्मान जपणारी, घर आणि कार्यक्षेत्र यांचा मेळ साधणारी दिसते. तिच्यातला आत्मविश्वास या बदलाची जाणीव करून देतो. हाच बदल ग्रामीण भागातही अंशतः जाणवू लागला आहे. 'पार्टटाईम' आणि 'बुढाई' या दोन्ही कादंबऱ्या प्रतिमा इंगोले यांनी याच आत्मविश्वासाने हाताळल्या आहेत. समाजाच्या सांस्कृतिक वाटचालीत स्त्री ही केवळ शोभेची वस्तू नाही. तसेच तिच्या शरीराला केवळ साधनमूल्य नाही हे या काळातील कथा-कादंबरीच्या लेखिकांनी दाखवून दिले आहे.

प्रतिमा इंगोले यांनी अशा गुलामगिरीत राहणाऱ्या, त्यातूनही ग्रामीण भागात राहणाऱ्या, जगणाऱ्या स्त्रियांना न्याय दिला आहे. लोकसाहित्याच्या अभ्यासाने ग्रामजीवनाबरोबरच स्त्रीहृदयात किती सामर्थ्य असते, ते 'हजारी बेलपान', 'सुगरनचा खोपा', 'अकसिदीचे दाने', या संग्रहात दर्शित केले आहे. 'जावायाचं पोर' मध्ये त्यांच्या कथेला एक स्त्रीवादी जाणिवांचे वलय मिळाले आहे. 'लेक भुईची' यातही ते दिसून येते. शहर आणि खेडी असा यात संघर्ष आहे. 'दिठ' मधील शिक्षकाची सुशिक्षित पत्नी तिच्यासाठी झीज सोसणाऱ्या गावातल्या घरमालकिणीसमोर आपल्या मोठेपणाचा, शहरगावचा, शिक्षणाचा टेंभा मिरवते. पण तिचं लेकरू गेल्यावर भेटायलाही जात नाही. लेकरं वाचत नसलेल्या या बाईची दिठ आपल्या बाळाला लागेल अशी तिला भीती वाटते. शिकूनही तीच अडाणी असते. तिचं मन संकुचितच

राहते. याउलट खेड्यातली अडाणी घरमालकीण मास्तरणीची नड ओळखून स्वत: अडचणी सोसून तिला मदत करते. 'होका देऊन धोका देणाऱ्या' शहरी स्त्रीने दिलेले दु:ख सोशीत राहते. इथे कळतं की ग्रामीण आणि शहरी संवेदनशीलताच वेगळी आहे. स्त्रीवादी जाणीव कित्येक कथांना स्पर्शून जाते.

स्त्रियाच संस्कृती निर्माण करतात. त्या पुरुषांसाठी झिजतात. आपल्या मायेचा ओलावा सर्वदूर पसरून सर्वांना एका धाग्यात बांधून ठेवतात. दु:ख वाट्याला घेऊन सुख प्रसादासारखे वाटत राहतात. स्वत:च्या स्त्री धर्माची जाणीव अशी 'लेक भुईची' मधून व्यक्त होत राहते. 'सपन' या कथेतील नायिका इमला बायकांची अडवणूक करणाऱ्या सामाजिक-आर्थिक परिस्थितीविरुद्ध बंड करणारी सुशिक्षित स्त्री- लग्नाच्या बाजारात मुला-मुलीत भेद करणारी विषम वागणूक तिला पटत नाही. 'एकूणच ही कथा वास्तवदर्शनाची पातळी ओलांडून परिवर्तनाकडे संकेत करते' हे मंचरकरांनी वर्तवलेले भविष्य योग्य वाटते. शिक्षणाचा तिसरा डोळा लाभलेली इमल उद्याची जागृत आणि आत्मभान आलेली ग्रामीण स्त्री म्हणून आपल्या डोळ्यांपुढे येते. कष्टकरी बायका, त्यांची कामं, तुटपुंज्या संसारातही दुसरीच्या अडचणीला धावून जाण्याची वृत्ती, मैत्री ही सारीच स्त्री मधल्या सहसंवेदनेची रूपे आहेत. 'मायमका' मधली स्त्री सवतीला बहिणीप्रमाणे संभाळते. घरादाराचा कारभार पाहते. चोरांना चलाखीने पळवून लावते. येथेही एका वेगळ्या स्त्री शक्तीची जाणीव होते व सहसंवेदनेचीही. ग्रामीण जीवनात अजून मित्र-मैत्रिणीचे एक जग असते. ते दिसत नाही. रूढी परंपरा यातच स्त्री अजून अडकून पडलेली वाटते.

ग्रामीण साहित्याच्या रूपाविष्कारांचा शोध घेण्याचा इथे एक प्रांजळ प्रयत्न आहे. बहिणाबाई चौधरींची कविता ज्या अंगाने गेली- त्याच दिशेने परंतु नव्या स्त्रीवादी मूल्यांची जुन्या आविष्कार शैलीशी सांगड घालून, ग्रामीण व स्त्रीवादी अशा दोन्ही प्रवाहात इंगोले यांची कथा वेगळेपणाने उभी आहे.

'बुढाई' या कादंबरीबद्दलही नेमके हेच म्हणता येईल. आजपर्यंत तल्हार, उद्धव शेळके, सदानंद देशमुख इथपर्यंतच अभिजात कादंबरीचे मूल्यमापन होत होते. पण इंगोले यांची 'बुढाई' ही कादंबरी तितकीच महत्त्वाची आहे. आणि पुढच्या पिढीला अभिजात कादंबरी म्हणून तिचेच नाव घ्यावेही लागेल. 'बुढाई'तली ग्रामीण व शहरी संवेदना आणि त्यातही आईला लेकीबद्दलचे प्रेम, तिला काही देणे हे स्त्रीत्वाच्या संदर्भातूनही आणि कादंबरीच्या कलात्मकतेतूनही स्त्रीवास्तव पुढे आले आहे. जमिनीचे रूपक घेऊन स्त्रियांचे प्रश्न पुढे उकलणारी म्हणून तिचे मूल्य मोठे आहे. 'कहाणी' हा स्त्रियांच्या अभिव्यक्तीचा - शैलीचा एक पूर्वापार चालत आलेला सनातन आकृतीबंध आहे. या अंगानी कहाणी सांगत जावी तसे इंगोले

लिहित जातात. लोककथांना जवळ जाणारी शैली वापरतात व स्त्रीविशिष्ट दृष्टिकोन सिद्ध करू पाहतात. स्त्री ही आदिशक्तीची लेक आहे ही संकल्पना त्या मांडत राहतात. स्त्रियांच्या लेखनाची चिकित्सा करणे - हा हेतू त्यांनी स्वत:च व्यक्त केला आहे. अस्सल वऱ्हाडी बोलीतील म्हणी व वाक्प्रचार यांचा सुयोग्य प्रत्ययकारी वापर जसा कथांमधे झाला आहे तसाच 'बुढाई' या कादंबरीतही!

विभावरी शिरूरकर या गेल्या पिढीच्या स्त्रियांच्या - स्त्री लेखनाच्या वारसदार. त्यांची 'बळी' ही कादंबरी अस्सल - निर्मितीची खूण असणारी. स्त्रीत्वाचा हुंकार व्यक्त करणाऱ्या कादंबऱ्या लिहून मालतीबाई बेडेकर यांनी स्त्रियांच्या प्रश्नांना वाचा फोडली. याचीच आठवण करून देणारी इंगोले यांची ही 'बुढाई' ही कादंबरी आहे.

तसे तर विदर्भात ग्रामीण जीवनाचे चित्रण करणाऱ्या कादंबरीकारांची एक परंपरा आहे. उद्धव शेळके, मनोहर तल्हार, बाजीराव पाटील तर नंतर बाबाराव मुसळे, पुरुषोत्तम बोरकर, रवींद्र शोभणे, सदानंद देशमुख, नामदेव कांबळे आणि विठ्ठल वाघांची 'डेबू' ही कादंबरी! लेखिकांमधे एकमेव असलेल्या प्रतिमा इंगोले यांची ही 'बुढाई' कादंबरी तर आवर्जून नाव घ्यावे अशी ग्रामीण कादंबरी आहे. याची भूमिका मांडताना प्रतिमा इंगोले म्हणतात, "पिकाखालील काळी जमीन ही पावसाळ्यात फुगते आणि उन्हाळ्यात आकुंचन पावते. त्यामुळे तिच्यामध्ये बुढाया पडतात (भेगा पडतात). ही जमीन खोलवर तापून निघते आणि पहिला पाऊस या बुढायातून आतपर्यंत झिरपून ती मऊशार होते. पण जेव्हा ती घरासाठी वापरली जाते तेव्हा तिच्या स्वाभाविकतेवर अतिक्रमण केले जाते." या शब्दांतून एक निश्चित जाणवतं की, स्त्रीच्या स्त्रीस्वातंत्र्याच्या अधिकारावर आक्रमण करणाऱ्यावरच निसर्ग पेटून उठतो. पिकासाठी असलेली जमीन ही शेतीसाठीच असते.

जमीन ही आईचे प्रतीक आहे, जननीचे प्रतीक आहे. जननीला जसा मुलाचा लळा असतो तसाच तो जमिनीलाही असतो. अनेक नैसर्गिक आघात सहन करूनही जमीन फुलते, फळते. आपल्या मुलांचे पालनपोषण करते. स्त्रीही जननीच आहे. अशी सांस्कृतिक, श्रद्धिक मूल्ये असलेली ही प्रतीकात्मक कादंबरी आहे. एका कुटुंबाची ही प्रातिनिधिक कहाणी असली तरी खेड्यातून शहरात येणाऱ्यांचे एक सामाजिक वास्तवही त्यात मांडले आहे. एका मोलमजुरी करणाऱ्या कष्टकरी स्त्रीची ही कथा आहे. 'बुढाई'मधल्या कौटुंबिक चरित्रचित्रणाला बदलत्या काळाचे आधुनिक असे संदर्भ प्राप्त झाले आहेत. येथे समाज आणि संस्कृती यांचे एक आगळे दर्शन होते, स्त्रियांच्या- मायलेकीच्या चित्रणातून ते समोर येते. आणि त्यातूनच स्त्रीच्या चळवळीचा, स्त्रीच्या सहवेदनेचा, स्त्रीविशिष्ट भाषेचा, बोलीचा

एक सहज प्रत्यय येत राहतो. म्हणूनच ‘बुढाई’ ही कादंबरी ‘धग’च्या खांद्यावर उभी आहे असं म्हणावं लागतं.

भुलाई काव्यसंग्रह -

प्रतिमा इंगोले यांचा ‘भुलाई’ हा काव्यसंग्रहही याला अपवाद नाही. स्त्रीवादी जाणिवा व्यक्त करताना इथेही त्या समतोल सांभाळतात. बहिणाबाई चौधरी, विठ्ठल वाघ यांच्याही काव्याला परंपरेतील भाषिक गोडवा आहे. प्रतिमा इंगोले यांनीही जात्यावरील ओव्यांची गाण्यांची पद्धत स्वीकारत सुख-दु:खाच्या कहाण्या आया-बहिणी जात्याजवळ कशा व्यक्त करतात तसेच सांगितले आहे. ग्रामीण स्त्रीच्या जीवनाचा, तिच्या बालपणापासून ते म्हातारपणापर्यंतचा एक आलेखच ‘भुलाई’ मधे मांडलेला आहे.

येई आभाय भरून । पान्हा दाटला उरात ।
आल्या पावसाच्या सरी । दूध पिकाच्या मुखात ।
वलं भिजलं वावर । कस हासलं गालात ।
धरी मावली पदरी । धारा तान्हुल्या मुखात ।

पावसाच्या, निसर्गाच्या प्रतीकातून माता, पिता, मीलन, पोषण, सर्जन, वात्सल्य, सांभाळ याविषयीचा आशय येथे स्पष्ट होतो. शेतकरी, कष्टकरी स्त्रीचीच ही जीवनगाथा आहे. ‘भुलाई’ म्हणजे मुलगी. तिच्या जीवनाचा हा आलेख आहे. इथे बोलीभाषाही ओघवत्या शैलीत, लाघवी व ताकदीने प्रकट झाली आहे. या गाण्यांना एका स्त्रीचा सांस्कृतिक समृद्ध अवकाश आहे. वऱ्हाडी स्त्रीच्या भावजीवनाचा एक सकारात्मक मधुर असा प्रवास आहे. आपल्या समाजव्यवस्थेवरील मुलीच्या जन्माचं वास्तव स्पष्ट करणारी ‘लेकीचा जन्म’ सारखी कविता बोलकी आहे. स्त्रीच्या दु:खाबद्दल -

दयत दयतो म्हनतो कायनी
गावात लपल्या अभागी बयनी
बोलता बोलेना बयनी गुनाच्या
झाकल्या उरात कायन्या सोताच्या ...

असं सांगताना स्त्रीच्या गुलामीची, तिच्या खेडगावातल्या जीवनाची एक कहाणीच व्यक्त होते. तिला जागी करण्याचं काम ही कविता करते. म्हणूनच स्त्रीवादी भूमिकेतून बघताना प्रतिमा इंगोले यांच्या लिखाणाचा आवर्जून अभ्यास करावा लागतो. ग्रामीण भागातील स्त्रीच्या दु:खाचे, तिच्या स्वातंत्र्याचे, तिच्या

हिमतीचे, सहसंवेदनेचे बोलके चित्र प्रतिमा इंगोले यांच्या साहित्यातून उमटलेले दिसून येते, स्त्रीजीवनाचा भावरम्य आविष्कार त्यांच्या साहित्यातून दरवळत येतो. हेच त्यांच्या आधुनिक कथावाङ्मयातले यश होय.

■

डॉ. प्रतिमा इंगोले यांचे प्रस्तुत पुस्तकासाठी अभ्यासार्थ घेतलेले साहित्य व संदर्भ साहित्य

डॉ. प्रतिमा इंगोले यांचे प्रस्तुत पुस्तकासाठी अभ्यासार्थ घेतलेले साहित्य

१) हजारी बेलपान - कथासंग्रह - १९९४, तिसरी आवृत्ती १९९७ - सोनल प्रकाशन, दर्यापूर, यशवंतराव चव्हाण वाङ्मय पुरस्कार

२) अकसिदीचे दाने - कथासंग्रह, १९९६, पाचवी आवृत्ती १९९८ - सोनल प्रकाशन, दर्यापूर. राज्य पुरस्कार

३) सुगरनचा खोपा - कथासंग्रह, १९८९, चौथी आवृत्ती २००२ - सोनल प्रकाशन, म. सा. प. पुणे चा गोखले पुरस्कार - शकुंतला जोग पुरस्कार.

४) जावायाचं पोर - कथासंग्रह, १९८९, पहिली आवृत्ती - देशमुख आणि कंपनी. पुणे, उत्कृष्ट स्त्री जीवनपर पुरस्कार, परिवर्तनवादी साहित्याचा नागसेन पुरस्कार, पत्रपंडित पां. वा. गाडगीळ पुरस्कार

५) लेक भुईची - कथासंग्रह १९९१, तृतीय आवृत्ती २००२, सोनल प्रकाशन, ग्रामीण साहित्याचा रोहमारे पुरस्कार, कृष्णाबाई मोटे साहित्य पुरस्कार.

६) हिरवे स्वप्न - कथासंग्रह, १९९३, चौथी आवृत्ती २००४, सोनल प्रकाशन, लोकमित्र सरदार पुरस्कार.

७) अंधारपर्व - कथासंग्रह, १९९९, पहिली आवृत्ती - मधू प्रकाशन, पुणे, विदर्भ भूषण पुरस्कार.

८) भुलाई - काव्यसंग्रह, १९९७, तिसरी आवृत्ती २००५, सोनल प्रकाशन,

पुणे, म. सा. प. पुणे चा शिरोळे पुरस्कार, बाबासाहेब आंबेडकर पुरस्कार, स्वातंत्र्यसैनिक मामासाहेब कडलग पुरस्कार.

९) बुढाई - कादंबरी - १९९७ - पहिली आवृत्ती - देशमुख आणि कंपनी, पुणे, राज्य पुरस्कार.

१०) पार्टटाईम - कादंबरी - २००२, पहिली आवृत्ती - ग्रंथविशेष प्रतिष्ठान, पुणे, ना. सी. फडके कादंबरी पुरस्कार.

संदर्भ साहित्य

१.	यादव आनंद	:	मराठी साहित्य, समाज आणि संस्कृती
२.	मुलाटे वासुदेव	:	ग्रामीण साहित्य : स्वरूप व दिशा
३.	कोतापल्ले नागनाथ	:	म. सा. प. एमेजू २००१
४.	कुलकर्णी गो. म	:	ग्रामीण साहित्य : स्वरूप आणि समस्या
५.	पाटील शंकर	:	ग्रामीण साहित्य : स्वरूप आणि समस्या
६.	कुरुंदकर नरहर	:	धार आणि काठ
७.	कुलकर्णी द. भि.	:	तिसऱ्यांदा रणांगण
८.	पं. महादेवशास्त्री जोशी	:	भारतीय संस्कृतीकोष
९.	कोतापल्ले नागनाथ	:	गेल्या अर्धशतकातील ग्रामीण व प्रादेशिक कादंबरीचे यशापयश. शोधनिबंध : एस. एन. डी. टी. २८/२९ जाने. २००० मुंबई
१०.	कुलकर्णी मदन	:	मराठी प्रादेशिक कादंबरी, नागपूर.
११.	भावे स. शि.	:	ग्रामीणता : साहित्य आणि वास्तव, पुणे १९८१
१२.	बोराडे रा. रं.	:	ग्रामीण साहित्य, औरंगाबाद १९९२

१३. डॉ. बाबुराव गायकवाड : साहित्यवेध, समन्वय प्रकाशन, धारवाड.

१४. सं. विमलाबाई कुकडे : पानावरील रेषा - सोनल प्रकाशन, दर्यापूर ('हजारी बेलपान' कथा- संग्रहावरील परीक्षणात्मक लेख)

१५. सं. विमलाबाई कुकडे : लेकीचं कर्तृत्व - सोनल प्रकाशन, दर्यापूर ('लेक भुईची' ह्या संग्रहावरील परीक्षणात्मक लेख)

१६. सं. ॲड. पंजाबराव इंगोले : खोप्याची वीण, सोनल प्रकाशन, दर्यापूर ('सुगरनचा खोपा' वरील परीक्षणात्मक लेख)

१७. सं. विमलाबाई कुकडे : दान्याचे मोल - सोनल प्रकाशन, दर्यापूर ('अकसिदीचे दाने' कथासंग्रहावरील परीक्षणात्मक लेख)

१८. डॉ. जयश्री माटे : अक्षरवैदर्भी २००१. प्रतिमा इंगोले यांच्या कथावाङ्मयाची परिवर्तनाच्या अंगाने समीक्षा.

१९. डॉ. किशोर सानप : एका कथालेखिकेची कादंबरी, 'बुढाई.' लोकमत.

२०. प्रा. सतीश तराळ : 'बुढाई' समीक्षण - लोकसत्ता

२१. डॉ. लीला दीक्षित : बदलते ग्रामवास्तव रेखाटणारी 'बुढाई'

२२. डॉ. सुलभा हेर्लेकर : अध्यक्षीय भाषण - चवथे वैदर्भीय लेखिका संमेलन, पुसद, १९९७

२३. डॉ. प्रतिमा इंगोले : अध्यक्षीय भाषण - ५ वे वैदर्भीय लेखिका संमेलन, नागपूर, २०००

२४. प्रतिमा इंगोले यांची एकूण साहित्यसंपदा.

www.ingramcontent.com/pod-product-compliance
Ingram Content Group UK Ltd.
Pitfield, Milton Keynes, MK11 3LW, UK
UKHW042105021026
15589UKWH00001B/201

9 788172 945541